100 കുസൃതിക്കണക്കുകൾ

Nooru Kusruthi Kanakkukal
Children's Literature

M R C Nair

CHINTHA PUBLISHERS
Thiruvananthapuram

First Chintha Edition
September 2007

Fourth Edition
December 2018

Fifth Edition
February 2022

Published & Typesetting
Chintha Publishers, Thiruvananthapuram

Cover Design
Suresh R

Illustration
Satheesh P K

ISBN - 978-81-26206-52-0

CR - 3093 / 5811

Email: chinthapublishers@gmail.com
Website: www.chinthapublishers.com

A version is available at National Libraries
Kolkata, Mumbai, Chennai and Delhi

Distribution
DESHABHIMANI BOOKHOUSE
H O Thiruvananthapuram 695035

Branch
Head Office Kunnukuzhi • Statue Thiruvananthapuram
KSRTC Bus Terminal Thampanoor • Saphalyam Complex Thiruvananthapuram
KSRTC Bus Station Alappuzha • KSRTC Bus Station Ernakulam
Machingal Lane Thrissur • IG Road Kozhikode
Mavoor Road Kozhikode • NGO Union Building Kannur
Central Bus Terminal Complex Thavakkara Kannur

100 കുസൃതിക്കണക്കുകൾ

എം ആർ സി നായർ

ചിന്ത പബ്ലിഷേഴ്സ്
തിരുവനന്തപുരം-695 035
വില : ₹ 100

എം ആർ സി നായർ

മാവേലിക്കര താലൂക്കിൽ കരിമുളയ്ക്കൽ എന്ന സ്ഥലത്ത് 1947 ജനുവരി 21–ന് എം ആർ സി എന്ന എം രാമചന്ദ്രൻ നായർ ജനിച്ചു. ഗണിതശാസ്ത്രത്തിൽ ബിരുദവും ഇംഗ്ലീഷ് സാഹിത്യത്തിൽ ബിരുദാനന്തരബിരുദവും നേടിയിട്ടുണ്ട്.

1970 ൽ നൂറനാട് സി ബി എം ഹൈസ്കൂളിൽ അധ്യാപകനായി ചേർന്നു. എ കെ എസ് ടി യു എന്ന അധ്യാപക സംഘടനയുടെ സംസ്ഥാന പ്രസിഡന്റായിരുന്നു.

1999 ൽ മികച്ച അധ്യാപകനുള്ള ദേശീയ അവാർഡ് നേടി. *അന്വേഷണം, രാജസൂയം, ദശാവതാരം, റിക്രൂട്ടിങ്* എന്നീ നാല് ഏകാങ്കസമാഹാരങ്ങൾ പ്രസിദ്ധീകരിച്ചിട്ടുണ്ട്. *ഗണിതകഥകൾ, ഗണിത പ്രോജക്ടുകളും പഠനപ്രവർത്തനങ്ങളും, കണക്ക് പഠിക്കാം മാജിക്കിലൂടെ, ഉണ്ണിക്കുട്ടന്റെ വികൃതികൾ* എന്നിവ ശ്രദ്ധിക്കപ്പെട്ട കൃതികളാണ്.

ഭാര്യ : വിജയമ്മ
മക്കൾ : അശ്വതി, പ്രിയ
വിലാസം : അശ്വതി, കോമല്ലൂർ പി ഒ,
ചാരുംമൂട് – 695 505
ഫോൺ : 04792 – 383124

ആമുഖം

പുതിയ പാഠ്യപദ്ധതി നിലവിൽ വന്നതോടെ ഗണിതത്തോടുള്ള സമീപനത്തിൽ മാറ്റമുണ്ടായിട്ടുണ്ട്. അനുയോജ്യമായ പഠന പ്രവർത്തനങ്ങളിലൂടെ കുട്ടിയെ വിഷയത്തിലേക്ക് ആകർഷിക്കാൻ ശ്രമിക്കുന്നുണ്ടെങ്കിലും പ്രോജക്ടും അസൈൻമെന്റുമെല്ലാം അവർക്ക് പരീക്ഷയ്ക്ക് മാർക്കു നേടാൻ മാത്രമുള്ള ഉപാധികളായി മാറിയാൽ ആശിച്ച പ്രയോജനം ലഭിക്കുകയില്ല.

കുസൃതിക്കണക്കുകൾ വായിച്ചാൽ പരീക്ഷയ്ക്ക് മാർക്കു കിട്ടുമോ എന്നു ചോദിക്കുന്ന രക്ഷാകർത്താക്കളുണ്ടാവും. ഈ ചിന്താഗതി വച്ചുപുലർത്തുന്നവരുള്ളതുകൊണ്ടാണ് ഗണിതം കുട്ടികൾക്ക് ഒരു ബാലികേറാമലയായി മാറിയത്. കുട്ടിയുടെ ചിന്തയും ഭാവനയുമുണർത്തി അവനു പഠനത്തിൽ താൽപ്പര്യമുണ്ടാക്കാത്ത ഒരു പഠനപ്രവർത്തനവും സ്വീകാര്യമല്ല എന്നു ചിന്തിക്കുന്നവർക്ക് കുസൃതിക്കണക്കുകൾപോലുള്ള പുസ്തകം ഒരു അനുഗ്രഹമാകും എന്നാണ് എന്റെ വിശ്വാസം.

എന്താണ് കുസൃതിക്കണക്കുകൾ? ചോദ്യത്തിൽ കുസൃതി ഉണ്ടായിരിക്കണമെന്ന് കുട്ടികൾ ഒറ്റയടിക്ക് ഉത്തരം പറയും. ചിലർക്ക് അത് എതിരാളിയെ പറ്റിക്കാനുള്ള ഒരു വിദ്യയാണ്. ചിലരതിനെ വിനോദ ഗണിതമായി കാണുന്നു (recreational mathematics). ചിലർക്കത് വെറും തമാശയാണ് (fun). ഈ പറഞ്ഞതൊക്കെയും കുസൃതിക്കണക്കുകൾക്ക് ഇണങ്ങുന്ന വിശേഷണങ്ങൾ ആണെങ്കിലും അതിനപ്പുറം ചിലതു കൂടിയുണ്ട്. ഗണിതത്തിന്റെ പ്രത്യേകതകളായ യുക്തിചിന്ത, ഭാവന, ഓർമശക്തി, നിരീക്ഷണപാടവം തുടങ്ങിയവയുടെ അഭാവവും കുസൃതിക്കണക്കുകൾക്ക് വിഷയമാവാം. കുട്ടി എപ്പോഴും കാണുന്ന വസ്തുവാണല്ലോ ചോക്കുകഷണം. അതിന്റെ നീളം ഊഹിച്ചു പറയാനാവശ്യപ്പെടുമ്പോൾ പൊട്ടത്തെറ്റു പറഞ്ഞാൽ കേൾക്കുന്ന ആളിന് ചിരിവരും. മുതിർന്ന ഒരാളിന്റെ പൊക്കം 6 മീറ്റർ എന്നു പറഞ്ഞാൽ

എങ്ങനെയിരിക്കും? കുട്ടിയുടെ നിരീക്ഷണ ശേഷിയാണ് ഇവിടെ പ്രശ്നമാകുന്നത്.

ചുരുക്കി പറഞ്ഞാൽ ആളെ പറ്റിക്കൽ മാത്രമല്ല കുസൃതിക്കണക്കുകൊണ്ട് ഉദ്ദേശിക്കുന്നത്. അതിനപ്പുറമായി ഗണിതത്തിലേക്ക് കുട്ടിയെ ആകർഷിക്കാനും അതുവഴി ഗണിതം ആസ്വദിക്കാനും വഴിയൊരുക്കുന്ന ഒറ്റമൂലികളാണ് കുസൃതിക്കണക്കുകൾ. അത് ചിന്തയ്ക്കുള്ള വളമാണ്. സമവാക്യങ്ങളും നിർവചനങ്ങളും ഉരുവിട്ടു പഠിക്കാൻ കുട്ടിയെ പ്രേരിപ്പിക്കുന്ന രക്ഷാകർത്താക്കൾ ഇക്കാര്യം മനസിലാക്കണം. ഉരുള ഉരുട്ടി കൊടുക്കുകയല്ല വേണ്ടത്, കുട്ടി തൊട്ടുനക്കി സ്വാദറിയണം. കുസൃതിക്കണക്കുകളും കഥകളും പസിൽസുമൊക്കെ അതിലേക്കുള്ള വഴികളാണ്. കുട്ടിയുടെ അനുഭവത്തിന്റെ ഭാഗമാകാതെ അഥവാ അവൻ ആസ്വദിക്കാതെ ഗണിതപഠനം ഒരിക്കലും സാധ്യമല്ലതന്നെ.

ഈ പുസ്തകത്തിൽ ചേർത്തിട്ടുള്ള എല്ലാ കുസൃതിക്കണക്കുകളും ഒന്നുപോലെ മധുരിക്കുന്നതാണെന്ന് എനിക്ക് അഭിപ്രായമില്ല. എന്നാൽ ക്ലാസുമുറിയിലുള്ള മൂന്നരപതിറ്റാണ്ടു കാലത്തെ അനുഭവങ്ങളിൽനിന്ന് ഉരുത്തിരിഞ്ഞു വന്നവയാണ് ഇതിലോരോന്നും എന്ന് നിസ്സംശയം പറയാം. കുട്ടികൾക്കും അധ്യാപകർക്കും മാത്രമല്ല കണക്കറിഞ്ഞു കൂടാത്തവർക്കും ഒരു പരിധിവരെ ഈ പുസ്തകം പ്രയോജനപ്പെടും എന്നു ഞാൻ വിശ്വസിക്കുന്നു. *യുറീക്ക*യിലും *വിദ്യാരംഗ*ത്തിലുമൊക്കെ പ്രസിദ്ധീകരിച്ച കുസൃതിക്കണക്കുകൾ വായിച്ചിട്ട് എന്റെ സുഹൃത്ത് വി എം രാജ്മോഹനാണ് *നൂറു കുസൃതിക്കണക്കുകൾ* എന്ന പേരിൽ ഒരു പുസ്തകമെഴുതാൻ എന്നെ പ്രേരിപ്പിച്ചത്. അദ്ദേഹത്തോടുള്ള നന്ദി അറിയിക്കുന്നു. ഒപ്പം ഇതിന്റെ പ്രസാധനം ഏറ്റെടുത്ത ചിന്ത പബ്ലിഷേഴ്സിനോടും എനിക്കുള്ള കടപ്പാട് രേഖപ്പെടുത്തിക്കൊള്ളട്ടെ.

എം ആർ സി നായർ

1

ഒരേ പ്രായം

‘ഒരച്ഛനും മകനും കൂടി 50 വയസ്സ്. ഓരോരുത്തരുടേയും പ്രായമെത്ര?’ അമ്മു ചിന്നുവിനോടു ചോദിച്ചു.

‘ഇരുപത്തഞ്ചും ഇരുപത്തഞ്ചും’ കേട്ടപാടേ ചിന്നു പറഞ്ഞു.

‘25 വയസ്സുള്ള അച്ഛന് 25 വയസ്സുള്ള മകനോ?’

ചോദ്യം കേട്ടപ്പോഴാണ് ചിന്നുവിന് അമളി മനസ്സിലായത്.

2

മാങ്ങയണ്ടി

ഇത്തവണ ചിന്നുവാണു ചോദിച്ചത്.

'പത്തു മാങ്ങയുണ്ടായിരുന്നു. പത്തും തിന്നു എന്നു കരുതുക. ബാക്കി എന്തുണ്ട്.?'

'പത്തിൽ നിന്നു പത്തു കുറച്ചാൽ പൂജ്യം. ബാക്കി ഒന്നുമില്ല' അമ്മു പറഞ്ഞു.

'ഉണ്ട്. മാങ്ങാണ്ടിയും തൊലിയും' ചിന്നു.

3

ആരാണു മിടുക്കൻ?

അപ്പുവിന് 25 മാർക്കും കണ്ണന് 15 മാർക്കും കിട്ടി. ആരാണു മിടുക്കൻ?' അമ്മുവിന്റേതാണ് ചോദ്യം.

'അപ്പു' – ചിന്നു പറഞ്ഞു.

അപ്പുവിന് 25 കിട്ടിയത് 100ലും കണ്ണന്റെ 15 മാർക്ക് 50ലുമാണെങ്കിലോ? അമ്മു ചോദിച്ചു.

4

ആടിന്റെ വില

'500 രൂപയ്ക്ക് ഒരാടിനെ വാങ്ങി മൂന്നു മാസം കഴിഞ്ഞ് അതിനെ 600 രൂപയ്ക്കു വിറ്റാൽ ലാഭമോ നഷ്ടമോ?' ചിന്നു ചോദിച്ചു.

'ലാഭം 100 രൂപാ' അമ്മു പറഞ്ഞു.

'അല്ല. മൂന്നു മാസം തീറ്റ കൊടുത്തതിന്റെയും അസുഖം വന്നപ്പോൾ ചികിൽസിച്ചതിന്റെയും ചെലവു കൂടി കൂട്ടുമ്പോൾ നഷ്ടമാ.' ചിന്നു.

5

ഭാരമെത്ര?

'രണ്ടുപേരുടെ ഭാരം 75 കി ഗ്രാം, 50 കി ഗ്രാം വീതമാണ്. അവർ അച്ഛനും മകനുമാണെങ്കിൽ അച്ഛന്റെ ഭാരമെത്ര?'

'അച്ഛന്റെ ഭാരം 75 കി ഗ്രാം' ചിന്നു പറഞ്ഞു.

'അച്ഛനേക്കാൾ ഭാരമുള്ള മക്കളില്ലേ' അമ്മു.

6

അന്തപ്പായി

ചിന്നുവിന്റെ ഊഴമായിരുന്നു.

'അന്തപ്പായി ബാങ്കിൽ നിന്നും അമ്പതിനായിരം രൂപാ കടമെടുത്തു. അതിൽ മുപ്പതിനായിരം തിരിച്ചടച്ചു. ഇടപാടു തീർക്കാൻ ഇനി എന്തു കൂടി കൊടുക്കണം?'

'ബാക്കി ഇരുപതിനായിരം' അമ്മു പറഞ്ഞു.

'പലിശയോ?' ചിന്നു.

7

വിവാഹ സദ്യ

അമ്മു വിട്ടില്ല.

'ഒരു വിവാഹ സദ്യയ്ക്ക് 815 പേർ പങ്കെടുത്തു. ഒരു പന്തിക്ക് 75 പേർക്ക് ഇരിക്കാമെങ്കിൽ അവസാനത്തെ പന്തിക്ക് എത്ര പേർ കാണും?'

'പത്തു പന്തിക്ക് 750 പേർ ഊണു കഴിക്കും. ബാക്കി 65 പേർ' ചിന്നു പറഞ്ഞു.

'അവസാനത്തെ പന്തിക്ക്

ആരും കാണില്ല. ഒരു പന്തിക്ക് അര മണിക്കൂർ എന്നു കൂട്ടിയാൽ പതിനൊന്നു പന്തിക്ക് അഞ്ചര മണിക്കൂറെടുക്കും. ഒരു ഊണിനു വേണ്ടി ആരാ ഇന്നത്തെ കാലത്ത് ഇത്രയും നേരം കാത്തു നിൽക്കുന്നത്?' അമ്മു.

8

വീട്ടിലുണ്ട്

'ഒരാൾ വീട്ടിൽ നിന്നും 50 കി മീ ദൂരം ട്രെയിനിലും 30 കി മീ ബസ്സിലും 20 കി മീ കാറിലും സഞ്ചരിച്ചു. ഇപ്പോൾ അയാൾ പുറപ്പെട്ടിടത്തു നിന്നും എന്തകലെയായിരിക്കും?' ചിന്നു ചോദിച്ചു.

'100 കി മീ അകലെ' അമ്മു നൊടിയിടയിൽ ഉത്തരം പറഞ്ഞു.

'അയാൾ വീട്ടിൽ തന്നെയായിരിക്കും?' ചിന്നു പറഞ്ഞു. '50 കി മീ തെക്കോട്ടു ട്രെയിനിൽ പോയി. അവിടെ നിന്നും തിരിച്ച് വടക്കോട്ട് ബസ്സിലും കാറിലുമായി 50 കി മീ സഞ്ചരിച്ചു. അപ്പോൾ വീട്ടിലെത്തില്ലേ?' ചിന്നു ചോദിച്ചു.

9

ഒന്നു കിട്ടിയവന് അൻപത്

അമ്മുവിന്റെ ഊഴമായിരുന്നു. 'കണ്ണനു കണക്കിനു കിട്ടിയ മാർക്ക് 50/50'

'മിടുക്കൻ' – ചിന്നു.

'1 മാർക്കാ കിട്ടിയത്. 50/50 = 1 അല്ലേ?' അമ്മു.

10

അനീതി

ചിന്നു ഉടനേ പകരം വീട്ടി.

'1/1 ഉം 100/100 ഉം തുല്യമാണോ?'

'അതെ 1/1 = 1, 100/100 = 1' അമ്മു പറഞ്ഞു.

'ഒരാളോട് ഒരു ചോദ്യം ചോദിക്കുന്നു. അതിനു ശരിയുത്തരം പറയുന്നു. അയാളുടെ സ്കോർ 1/1. മറ്റൊരാളോട് 100 ചോദ്യം ചോദിക്കുന്നു. 100നും ശരിയുത്തരം പറയുന്നു. അയാളുടെ സ്കോർ 100/100. ഇതു രണ്ടും തുല്യമാണെന്നു പറയുന്നതു നീതിയാണോ?' ചിന്നു ചോദിച്ചു.

അമ്മുവിന് ഉത്തരം മുട്ടി.

11

അതെങ്ങനെ?

അമ്മു ചോദിച്ചു. 'പാർവതിക്ക് കണക്കിന് 80/100 മാർക്കു കിട്ടി. ഇംഗ്ലീഷിന് 70/100 മാർക്കും കിട്ടി. എങ്കിൽ രണ്ടിനും കൂടി കിട്ടിയ മാർക്കെത്ര?'

'രണ്ടിനും കൂടി 150/200 മാർക്ക്' ചിന്നു പറഞ്ഞു.

'അതെങ്ങനാ?' അമ്മു ചോദിച്ചു.

80/100 + 70/100 = 150/100 അല്ലേ?

ചിന്നു മിണ്ടിയില്ല.

12

കൂട്ടാനറിയാമോ?

'$2^{12} + 2^{12}$ എത്ര?' ചിന്നു ചോദിച്ചു.

'2^{24}' അമ്മു പറഞ്ഞു.

'അല്ല' ചിന്നു.

'4^{12}' അമ്മു തിരുത്തി

'ഉത്തരം 2^{13}' ചിന്നു.

കുറിപ്പ്

$$2^{12} + 2^{12} = 2^{12}\ (1 + 1)$$
$$= 2^{12} \times 2$$
$$= 2^{12} \times 2^{1}$$
$$= 2^{13}$$

13

കാര്യം നിസാരം

'(1 – 1/2) (1 – 1/3) (1 – 1/4) ....(1 – 1/16) എത്ര'

പകരം വീട്ടാൻ അമ്മു ഒരു നമ്പർ ഇറക്കിയതാണ്. 'ഗുണിച്ചു നോക്കാതെ ഉത്തരം പറയണം.'

കുറേനേരം അലോചിച്ചിട്ടും ചിന്നുവിന് ഉത്തരം കിട്ടിയില്ല.

'അവസാന ബ്രായ്ക്കറ്റിലെ 1/16 ആണ് ഉത്തരം' അമ്മു പറഞ്ഞു.

കുറിപ്പ്

ബ്രായ്ക്കറ്റുകൾ ക്രിയ ചെയ്യുമ്പോൾ 1/2 X 2/3 X 3/4 X ....X 15/16 എന്നു കിട്ടും. ഇത് ലഘൂകരിച്ചാൽ 1/16.

14

പൂജ്യം വരുമോ?

'$a^2 - b^2 = 0$ ആയാൽ $a^3 - b^3$ പൂജ്യമായിരിക്കുമോ?'

ചിന്നു ചോദിച്ചു.

'പൂജ്യം തന്നെ' അമ്മു.

'ആയിരിക്കണമെന്നില്ല' ചിന്നു.

'അതെന്താ?'

'$a = 1$, $b = -1$ ആയാൽ $a^2 - b^2 = 0$ എന്നു കിട്ടും. എന്നാൽ $a^3 - b^3 = 2$ ആണ്, പൂജ്യം അല്ല.' ചിന്നു വിശദീകരിച്ചു.

15

ഇഷ്ട സംഖ്യ

$1^3 + 5^3 + 3^3$ എത്ര? നിമിഷം കൊണ്ടുത്തരം പറയണം?' അമ്മു.

ചിന്നുവിന് ഉത്തരം പറയാൻ കഴിഞ്ഞില്ല.

'153' അമ്മു

കുറിപ്പ്

$$1^3 = 1$$
$$5^3 = 125$$
$$3^3 = 27$$
$$1^3 + 5^3 + 3^3 = 153$$

ഭാരതീയ ഗണിത ശാസ്ത്രജ്ഞനായിരുന്ന ശ്രീനിവാസ രാമാനുജന് ഇങ്ങനെയുള്ള സംഖ്യകൾ ഏറെ ഇഷ്ടമായിരുന്നു. ഇത്തരത്തിലുള്ള വേറേ സംഖ്യകൾ കണ്ടെത്തുമോ?

16

ബാക്കി എത്ര?

'കണ്ണന്റെ കൈയിൽ 10^0 രൂപായുണ്ടായിരുന്നു. അതിൽ 7^0 ചെലവായി. ബാക്കി എന്തുണ്ട്?' ചിന്നു.

'ബാക്കി 3^0' അമ്മു പറഞ്ഞു.

'അല്ലല്ലൊ. $10^0=1$ ആണ്. അതുപോലെ $7^0= 1$. അപ്പോൾ $10^0 - 7^0 = 1 - 1 = 0$. അതായത് ബാക്കി ഒന്നുമില്ല. 3^0 എന്നു പറഞ്ഞാൽ 1 അല്ലേ?' ചിന്നു ചോദിച്ചു.

17

പെണ്ണിനെ ആരു കെട്ടും?

അമ്മു തിരിച്ചടിച്ചു.

'രണ്ടു പേർ കല്യാണാലോചനയ്ക്കു വന്നു. ഗൾഫുകാരാണ്. ഒരാളിന് 5ലക്ഷം X 0 X 100 രൂപാ ബാങ്കിലുണ്ട്. മറ്റേയാളിന് 7ലക്ഷം X 0 X 10 രൂപായുമുണ്ട്. കൂടുതൽ സ്വത്തുള്ള ആളിന് പെണ്ണിനെ കൊടുക്കും. ആർക്കായിരിക്കും പെണ്ണിനെ കിട്ടുക?'

'7 ലക്ഷം ബാങ്കിലുള്ള ആളിന്' ചിന്നു പറഞ്ഞു.

'രണ്ടു പേർക്കും പെണ്ണിനെ കിട്ടില്ല' അമ്മു
'അതെന്ത്' ചിന്നു
'രണ്ടു പേരും തെണ്ടികളാണ്' അമ്മു പറഞ്ഞു.
'5ലക്ഷം X 0 X 100 = 0
അതു പോലെ 7ലക്ഷം X 0 X 10 = 0'

18

വീതിക്കാം

ചിന്നു വിട്ടില്ല. 'കണ്ണന്റെ കൈയിൽ 10^0 രൂപായുണ്ടായിരുന്നു. അത് 1^0 വീതം 10 പേർക്കായി വീതിച്ചാൽ ഓരോരുത്തർക്കും എന്തു കിട്ടും?'

അബദ്ധം പറ്റാതിരിക്കാൻ അമ്മു സൂക്ഷിച്ചാണു മറുപടി പറഞ്ഞത്. '1 രൂപ വീതം കിട്ടും.'

'10^0 = 1 അതുപോലെ 1^0 ന്റെ വിലയും 1 ആണ്. ആകെ 1 രൂപയേയുള്ളു. പിന്നെങ്ങനെയാണ് 1 വീതം 10 പേർക്കു കൊടുക്കുന്നത്?' ചിന്നു ചോദിച്ചു.

19

എവിടെ ആയിരിക്കും?

'ഒരാൾ 8 കി മീ നേരേ വടക്കോട്ടു പോകുന്നു.

അവിടെ നിന്നും 5 കി മീ നേരേ കിഴക്കോട്ടും വീണ്ടും 4 കി മീ നേരേ വടക്കോട്ടും സഞ്ചരിക്കുന്നു. ഇപ്പോൾ അയാൾ പുറപ്പെട്ടിടത്തു നിന്നും എന്തകലെയായിരിക്കും?' അമ്മുവിന്റേതാണു ചോദ്യം.

ഒരു നിമിഷം ആലോചിച്ചിട്ടു ചിന്നു പറഞ്ഞു. '17 കി മീ അകലെയായിരിക്കും.'

'അല്ല 13 കി മീ' അമ്മു പറഞ്ഞു.

കുറിപ്പ്

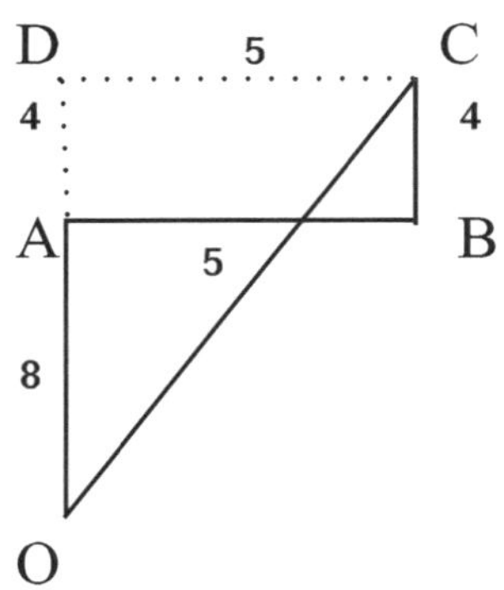

ചിത്രം നോക്കുക. മട്ടത്രികോണം ODC യുടെ കർണം കണ്ടാൽ ഉത്തരം കിട്ടും.

20

മുറിച്ചെടുക്കാം

ചിന്നു ചോദിച്ചു: '4 സെ. മീ നീളവും $1\frac{1}{2}$ സെ. മീ വീതിയുമുള്ള ചതുരാകൃതിയായ ഒരു കടലാസു കഷണത്തിൽ നിന്ന് പരമാവധി വലിപ്പമുള്ള എത്ര സമചതുരങ്ങൾ മുറിച്ചെടുക്കാം?'

'ചതുരത്തിന്റെ വിസ്തീർണ്ണം 4 x $1\frac{1}{2}$ = 6 ച സെ. മീ. അപ്പോൾ 1 സെ മീ വശമുള്ള 6 സമചതുരങ്ങൾ കിട്ടും' അമ്മു പറഞ്ഞു.

'തെറ്റ്. 24 സമചതുരങ്ങൾ മുറിച്ചെടുക്കാം' ചിന്നു.

കുറിപ്പ്

ചിത്രം കാണുക.

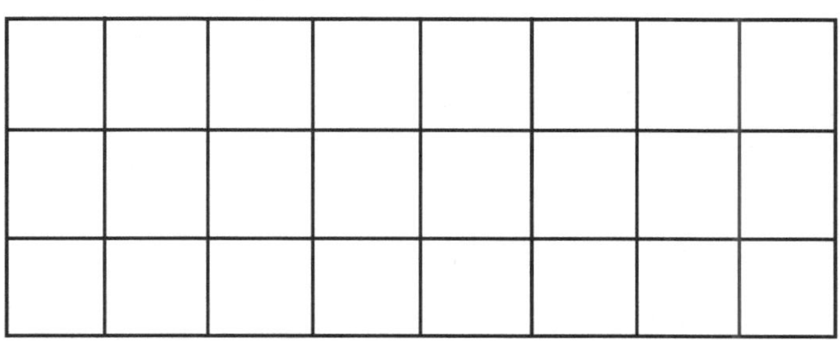

$\frac{1}{2}$ സെ മീ വശമുള്ള 24 സമചതുരങ്ങൾ കിട്ടും.

21

ഒറ്റവര

അമ്മു ചോദിച്ചു, 'ചിത്രത്തിൽ കാണുംപോലെ ഇഷ്ടമുള്ള വലിപ്പത്തിൽ രണ്ടു ചതുരങ്ങൾ വരച്ച് ഒറ്റരേഖ കൊണ്ട് രണ്ടു ചതുരങ്ങളെയും തുല്യമായി ഭാഗിക്കാമോ?'

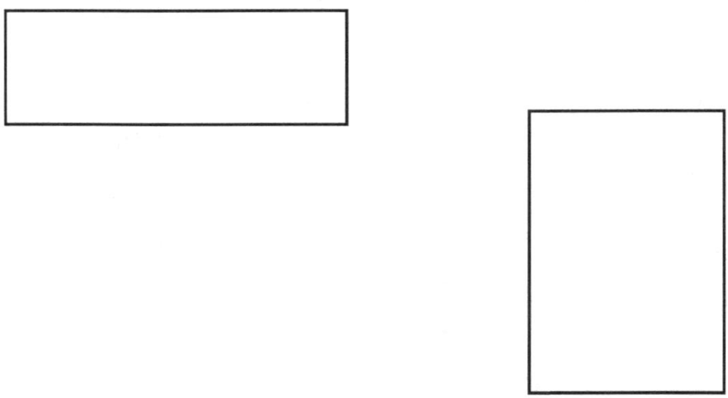

ചിന്നു എത്ര ശ്രമിച്ചിട്ടും വിജയിച്ചില്ല.

അമ്മു പറഞ്ഞു 'രണ്ടു ചതുരങ്ങളുടെയും വികർണ്ണങ്ങൾ സംഗമിക്കുന്ന ബിന്ദുവിലൂടെ വരയ്ക്കുന്ന രേഖ ചതുരങ്ങളെ സമഭാഗം ചെയ്യും.'

വരച്ചു നോക്കിയപ്പോൾ അമ്മു പറഞ്ഞതു ശരിയാണെന്ന് ചിന്നുവിന് ബോധ്യമായി.

കുറിപ്പ്

ചിത്രം വരച്ചശേഷം കടലാസു കഷ്ണങ്ങൾ വെട്ടിയെടുത്തു ചേർത്തു വെച്ച് രണ്ടു ഭാഗങ്ങളും തുല്യമാണോ എന്നു പരീക്ഷിച്ചു നോക്കാവുന്നതേയുള്ളു.

22

ഒന്നു മുതൽ അഞ്ചു വരെ

'1 മുതൽ 5 വരെയുള്ള സംഖ്യകളുപയോഗിച്ച് 2000 എഴുതാമോ?' ചിന്നു ചോദിച്ചു.

അമ്മു ശ്രമിച്ചു നോക്കി. പറ്റിയില്ല.

ചിന്നു തന്നെ ഉത്തരം പറഞ്ഞു.

'$2000 = 1 \times 2^4 \times 5^3$. ഒന്നു മുതൽ അഞ്ചു വരെയുള്ള സംഖ്യകൾ ഉണ്ടല്ലോ?'

23

അഭാജ്യ സംഖ്യകൾ

'2001 നെ മൂന്ന് അഭാജ്യ സംഖ്യകളുടെ ഗുണനഫലമായി എഴുതാമോ?' അമ്മു ചോദിച്ചു.

കുറേനേരം ശ്രമിച്ചിട്ടും ചിന്നുവിന് ഉത്തരം കിട്ടിയില്ല.

അമ്മു പറഞ്ഞു '$2001 = 3 \times 23 \times 29$.'

24

മൂന്നിനു പകരം നാല്

ഉടനേ വന്നു ചിന്നുവിന്റെ ചോദ്യം 'എങ്കിൽ 2002 നെ നാല് അഭാജ്യ സംഖ്യകളുടെ ഗുണനഫലമായി എഴുതാമോ?'

അത് അമ്മുവിന് അറിയില്ലായിരുന്നു.

ചിന്നു തന്നെ ഉത്തരവും നൽകി.

'2002 = 2 X 7 X 11 X 13'

25

എളുപ്പവഴി

'അക്കങ്ങൾ തമ്മിൽ തുല്യവ്യത്യാസമുള്ള ഒരു മൂന്നക്കസംഖ്യയും അതു തിരിച്ചിട്ടു കിട്ടുന്ന സംഖ്യയും കൂടി കൂട്ടിയാൽ എന്തു കിട്ടും?' അമ്മു ചോദിച്ചു.

ചിന്നുവിന് ചോദ്യം മനസ്സിലായില്ല. 'മധ്യസംഖ്യ 6. ഇനി പറയാമോ?' അമ്മു.

കൂട്ടിയ സംഖ്യകൾ ഏതൊക്കെയെന്നറിയാതെ എങ്ങനെ ഉത്തരം പറയും. ചിന്നു കൈമലർത്തി.

'ഉത്തരം 1332' അമ്മു

കുറിപ്പ്

222 X 6 = 1332

മധ്യസംഖ്യ 3 ആണെങ്കിൽ 222 X 3 = 666 ആയിരിക്കും ഉത്തരം.

ചുരുക്കത്തിൽ മധ്യസംഖ്യയെ 222 കൊണ്ടു ഗുണിക്കുന്നതായിരിക്കും ഉത്തരം.

ഒരു ഉദാഹരണം കൂടി നോക്കുക.

147

741

888

222 X 4 = 888

26

ഒത്തു പിടിച്ചാൽ മലയും പോരും

'പപ്പു 6 ദിവസം കൊണ്ട് ഒരു ജോലി ചെയ്തു തീർക്കും. കണ്ണന് ആ ജോലി തീർക്കാൻ 3 ദിവസം മതി. എങ്കിൽ അവർ രണ്ടു പേരും കൂടി ആ ജോലി എത്ര ദിവസം കൊണ്ടു ചെയ്തു തീർക്കും?' ചിന്നു ചോദിച്ചു.

അമ്മു ക്രിയ ചെയ്തു നോക്കാൻ തുടങ്ങിയപ്പോൾ ചിന്നു പറഞ്ഞു. 'അതൊന്നും പറ്റില്ല. മനക്കണക്കായി ഉത്തരം പറയണം.'

അമ്മുവിന് അറിയില്ലായിരുന്നു.
'2 ദിവസം' ചിന്നു പറഞ്ഞു.

കുറിപ്പ്

1/6 + 1/3 = 1/2. ചിത്രം വരച്ചും കണ്ടുപിടിക്കാം.

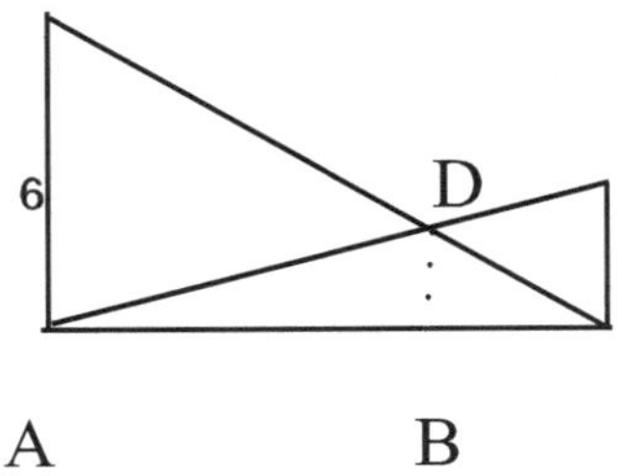

A യിൽ നിന്ന് 6 യൂണിറ്റും B യിൽ നിന്ന് 3 യൂണിറ്റും ലംബമായി വരയ്ക്കണം. എന്നിട്ട് ചിത്രത്തിൽ കാണുംപോലെ യോജിപ്പിക്കുക. സംഗമബിന്ദുവിലേയ്ക്കുള്ള ലംബദൂരം CD അളക്കുക. അതായിരിക്കും ഉത്തരം.

27

തിരിച്ചും മറിച്ചും

'ഒരു മൂന്നക്ക സംഖ്യയുടെ വർഗവും ക്യൂബും എഴുതിയപ്പോൾ ഒരു പ്രത്യേകത കണ്ടു' അമ്മു പറഞ്ഞു. 'ഇടത്തു നിന്നു വലത്തോട്ടു വായിച്ചാലും

വലത്തു നിന്ന് ഇടത്തോട്ടു വായിച്ചാലും ഒരേ സംഖ്യ തന്നെയാണ്. മൂന്നക്ക സംഖ്യ ഏതെന്നു പറയാമോ?'

ചിന്നു ശ്രമിച്ചു നോക്കി. പക്ഷെ പെട്ടെന്ന് ഉത്തരം കണ്ടു പിടിക്കാനായില്ല.

അമ്മു എഴുതി കാണിച്ചു.

$101^2 = 10201$

$101^3 = 1030301$

കുറിപ്പ്

ഇത്തരം സംഖ്യകളെ പാലിൻഡ്രോമിക് സംഖ്യകൾ (Palindromic numbers) എന്നു പറയുന്നു.

വേറെ ഏതെല്ലാം സംഖ്യകൾക്ക് ഈ പ്രത്യേകതയുണ്ടെന്ന് പരിശോധിച്ചു നോക്കുമല്ലോ.

28

തുടർച്ചയായ സംഖ്യകൾ

'തുടർച്ചയായി വരുന്ന ഏതെങ്കിലും മൂന്നു സംഖ്യകളിൽ വലിയ സംഖ്യയുടെ വർഗത്തിൽ നിന്നു ചെറുതിന്റെ വർഗം കുറച്ചു കിട്ടുന്നതെത്രയെന്നു പറഞ്ഞാൽ സംഖ്യകൾ മൂന്നും ഞാൻ പറയാം' ചിന്നു പറഞ്ഞു.

'അറുപത്തിനാല്' അമ്മു

'സംഖ്യകൾ 15, 16, 17' ചിന്നു നിമിഷം കൊണ്ട് ഉത്തരം പറഞ്ഞു.

കുറിപ്പ്

64നെ 4 കൊണ്ടു ഹരിച്ചാൽ കിട്ടുന്ന 16 ആയിരിക്കും മധ്യസംഖ്യ. തുടർച്ചയായ സംഖ്യകളായതു കൊണ്ട് ഇരു വശവുമുള്ളത് നിഷ്പ്രയാസം പറയാമല്ലോ.

29

ഒറ്റ അല്ലെങ്കിൽ ഇരട്ട

പകരം വീട്ടാനുള്ള പുറപ്പാടിലായിരുന്നു അമ്മു. 'തുടർച്ചയായ മൂന്ന് ഒറ്റസംഖ്യകളോ ഇരട്ട സംഖ്യകളോ എഴുതി വലുതിന്റെ വർഗത്തിൽ നിന്ന് ചെറുതിന്റെ വർഗം കുറച്ചു കിട്ടുന്നത് എത്രയെന്നു പറഞ്ഞാൽ സംഖ്യകൾ മൂന്നും ഞാൻ പറയാം'

'കുറച്ചപ്പോൾ 104 കിട്ടി' ചിന്നു പറഞ്ഞു.

'എങ്കിൽ സംഖ്യകൾ 11, 13, 15' അമ്മു

കുറിപ്പ്

104 നെ 8 കൊണ്ടു ഹരിച്ചാൽ മധ്യസംഖ്യ 13 കിട്ടും. തുടർച്ചയായ ഒറ്റ സംഖ്യകളായതു കൊണ്ട് ഇരുവശമുള്ളത് എഴുതാൻ പ്രയാസമില്ലല്ലോ.

30

നേരെ പകുതി

'ഒരു ചതുരത്തിൽ അതിനു പകുതി വിസ്തീർണ്ണമുള്ള ഒരു ത്രികോണം വരയ്ക്കാമോ?' ചിന്നു ചോദിച്ചു. 'വികർണം വരയ്ക്കരുത്.'

അമ്മുവിന് അറിയില്ലായിരുന്നു.

ചിന്നു വരച്ചു കാണിച്ചു.

D E C

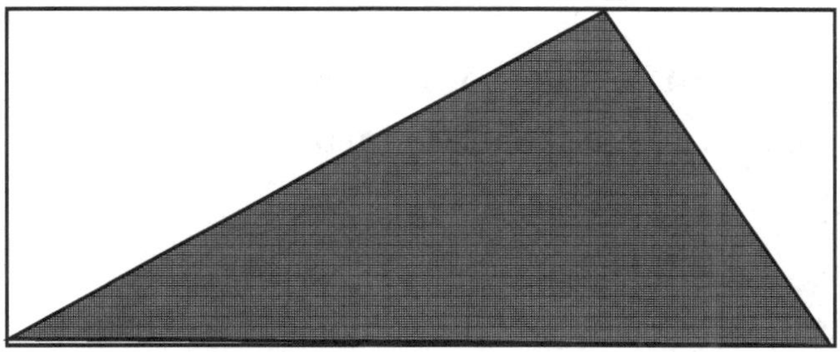

A B

'AB പാദമായി DC യിലെ ഏതു ബിന്ദുവിലേക്കു ത്രികോണം വരച്ചാലും അതിനു ചതുരത്തിന്റെ പകുതി വിസ്തീർണ്ണമായിരിക്കും.' ചിന്നു പറഞ്ഞു.

കുറിപ്പ്

മറ്റേതെങ്കിലും രീതിയിൽ ത്രികോണം വരയ്ക്കാൻ പറ്റുമോ എന്നു പരിശോധിച്ചു നോക്കുക.

31

രണ്ടുപേർക്കും തുല്യം

'ഒരച്ഛൻ സ്വത്തുക്കൾ വീതിച്ചപ്പോൾ 400 മീ ചുറ്റളവുള്ള സമചതുരാകൃതിയായ ഒരു പറമ്പ് മൂത്തമകനും 200 മീ വീതം ചുറ്റളവുള്ളതും സമചതുരാകൃതിയിലുള്ളതുമായ രണ്ടു പറമ്പുകൾ ഇളയമകനും കൊടുത്തു. ആർക്കാണ് കൂടുതൽ സ്വത്തു ലഭിച്ചത്?' അമ്മു ചോദിച്ചു.

'200 + 200 = 400. അതിനാൽ അച്ഛൻ രണ്ടുപേർക്കും തുല്യമായാണ് സ്വത്തുക്കൾ വീതിച്ചത്.' ചിന്നു പറഞ്ഞു.

'അല്ലല്ലോ. മൂത്തമകനാണ് കൂടുതൽ സ്വത്തു ലഭിച്ചത്.'

കുറിപ്പ്

വലിയ സമചതുരത്തിന്റെയും രണ്ടു ചെറിയ സമചതുരങ്ങളുടെയും വിസ്തീർണങ്ങൾ കണ്ടു നോക്കുക. മൂത്തമകന് 10000 ച മീറ്ററും ഇളയമകന് 5000 ച മീറ്ററുമാണ് ലഭിച്ചതെന്നു കാണാം.

32

ലക്ഷമല്ല, കോടി

'1/2 X 1/2 = 1/4 ആണല്ലോ?'

ചിന്നു ചോദിച്ചു.

അമ്മു തലയാട്ടി.

'എങ്കിൽ 1/2 ലക്ഷം X 1/2 ലക്ഷം എത്രയാണ്?'

'1/4 ലക്ഷം' അമ്മു പറഞ്ഞു.

'അല്ല. 250 കോടി' ചിന്നു.

കുറിപ്പ്

അമ്പതിനായിരത്തെ അമ്പതിനായിരം കൊണ്ടു ഗുണിച്ചു നോക്കുക. ചിന്നു പറഞ്ഞ ഉത്തരം കിട്ടും.

33

അവസാന സംഖ്യ

'1/2 + 1/4 + 1/8 + 1/16 നോട് എന്തു കൂട്ടിയാൽ ഒന്നു കിട്ടും?' അമ്മു ചോദിച്ചു.

ചിന്നുവിന് അറിയില്ലായിരുന്നു.

'അവസാനത്തെ 1/16' അമ്മു പറഞ്ഞു.

കുറിപ്പ്

ശ്രേണിയിലെ കുറേ പദങ്ങൾ കൂടി എഴുതി നോക്കുക. എല്ലായ്പോഴും അവസാനത്തെ സംഖ്യ കൂട്ടിയാൽ 1 കിട്ടുമെന്നു കാണാം.

34

ഏതു സംഖ്യ?

'2^{-1} നെ എന്തുകൊണ്ടു ഗുണിച്ചാൽ 4^{-1} കിട്ടും?' ചിന്നു ചോദിച്ചു.

'2 കൊണ്ടു ഗുണിക്കണം.' അമ്മു പറഞ്ഞു.

'അല്ല. 1/2 കൊണ്ടു ഗുണിക്കണം.' ചിന്നു.

കുറിപ്പ്

$$2^{-1} = 1/2$$

$$2^{-1} \times 1/2 = 1/2 \times 1/2$$

$$= 1/4$$

$$= 4^{-1}$$

35

എന്തൊരു വലിപ്പം!

'ലോക ജനസംഖ്യ 600 കോടിയാണല്ലോ. ഇത് എണ്ണിത്തീർക്കാൻ എത്ര സമയം വേണ്ടിവരും?' അമ്മു ചോദിച്ചു.

'പലരും പല വേഗത്തിലായിരിക്കും എണ്ണുന്നത്? ചിന്നു പറഞ്ഞു.

'ഒരു മിനിറ്റു കൊണ്ട് 100 വരെ എണ്ണുന്നുവെന്നു കരുതുക.'

ചിന്നു മനക്കണക്കു കൂട്ടിനോക്കിയിട്ടു പറഞ്ഞു. 'ഒരു വർഷം'

'അല്ല. 100 വർഷം രാപകൽ എണ്ണണം' അമ്മു പറഞ്ഞു.

കുറിപ്പ്

ഒരു മിനിറ്റിൽ 100. അപ്പോൾ 1 മണിക്കൂറിൽ 6000. ഒരു ദിവസംകൊണ്ട് ഏകദേശം 1 1/2 ലക്ഷം എണ്ണാം. അങ്ങനെ ഒരു മാസം കൊണ്ട് 45 ലക്ഷം. ഏകദേശം 1/2 കോടി. ഒരു വർഷം കൊണ്ട് 6 കോടി. 100 വർഷം കൊണ്ട് 600 കോടി.

സംഖ്യകളുടെ വലിപ്പമോർത്തപ്പോൾ അദ്ഭുതം തോന്നുന്നു, അല്ലേ?

36

കല്യാണപ്പെണ്ണ്

'62 1/2 പവന്റെ ആഭരണങ്ങൾ ധരിച്ചിട്ടുള്ള ഒരു കല്യാണപ്പെണ്ണിന് 62 1/2 കി ഗ്രാം ഭാരമുണ്ട്. എങ്കിൽ

ആഭരണങ്ങൾ അഴിച്ചാൽ പെണ്ണിന്റെ ഭാരമെന്ത്?' ചിന്നു ചോദിച്ചു.

അമ്മുവിന് അറിയില്ലായിരുന്നു.

കുറിപ്പ്

62 1/2 പവൻ എന്നു പറയുന്നത് 500 ഗ്രാം അല്ലെങ്കിൽ 1/2 കി ഗ്രാം ആണ്. അപ്പോൾ കല്യാണപ്പെണ്ണിന്റെ യഥാർഥ ഭാരം 62 കി ഗ്രാം.

37

വലുത് ഏത്?

അമ്മുവിന്റെ ഊഴമായിരുന്നു.

'$t = 7, p = 5$, ആയാൽ trap ആണോ part ആണോ വലുത്?'

ഉത്തരം അറിയാതെ ചിന്നു അന്തം വിട്ടു നിൽക്കുമ്പോൾ അമ്മു പറഞ്ഞു 'trap ആണു വലുത്'

കുറിപ്പ്

trap = 7 x x 5 ; part = 5 x x 7

5ൽ തുടങ്ങുന്ന നാലക്ക സംഖ്യയേക്കാൾ വലുതായിരിക്കുമല്ലോ 7ൽ തുടങ്ങുന്ന നാലക്കസംഖ്യ.

38

സമചതുരം

'ഒരു സമചതുരത്തിന്റെ നാലു വശങ്ങളും തുല്യമാണല്ലോ' ചിന്നു പറഞ്ഞു. 'അപ്പോൾ ചുവടെ കാണുന്ന സമചതുരം വരയ്ക്കാൻ പറ്റുമോ?'

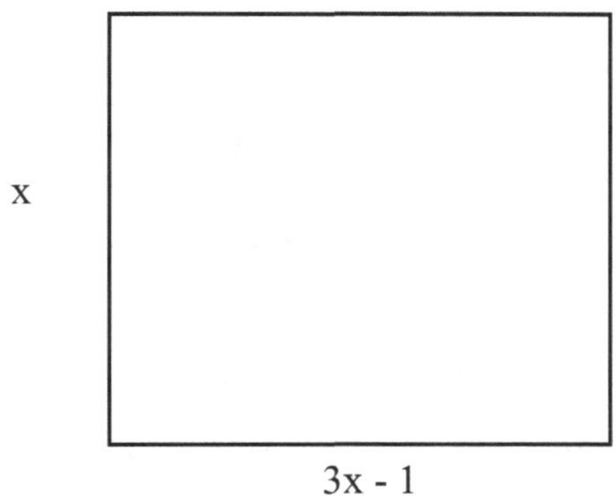

'പറ്റില്ല' അമ്മു പറഞ്ഞു.

'പറ്റും. വശത്തിന്റെ നീളം 1/2 സെ മീ ആയിരിക്കും.'

കുറിപ്പ്

$$
\begin{aligned}
3x - 1 &= x \\
3x - x &= 1 \\
2x &= 1 \\
x &= 1/2
\end{aligned}
$$

39

ഒരു ജാതി ഒരു മതം

'ഒരു ജാതി ഒരു മതം ഒരു ദൈവം മനുഷ്യന്' അമ്മു പറഞ്ഞു. 'ഇതുപോലൊരു വാക്യം കണക്കിലുമുണ്ട് പറയാമോ?'

ചിന്നുവിന് അറിയില്ലായിരുന്നു.

'ഒരു നീളം ഒരു വീതി ഒരു പൊക്കം ക്യൂബിന്' അമ്മു പറഞ്ഞു.

40

നോട്ടുകൾ

'ഒരു 100 രൂപാ നോട്ടിനാണോ 50 രൂപാ നോട്ടിനാണോ വീതി കൂടുതൽ?' ചിന്നു ചോദിച്ചു.

'100 രൂപാ നോട്ടിന്' അമ്മു

'അല്ല. രണ്ടിനും ഒരേ വീതിയാണ്' ചിന്നു.

41

നാലക്ക സംഖ്യ

'ABCD ഒരു നാലക്ക സംഖ്യയാണ്' അമ്മു

പറഞ്ഞു.

ABCD x 9 = DCBA ആയാൽ നാലക്ക സംഖ്യ ഏത്?

'ചിന്നുവിന് അറിയില്ലായിരുന്നു.

'1089' ശരിയുത്തരം അമ്മു പറഞ്ഞു കൊടുത്തു.

കുറിപ്പ്

1089 X 9 = 9801

42

രണ്ടു പശുക്കൾ

'ഒരു ബക്കറ്റിൽ 16 ലിറ്റർ വെള്ളമുണ്ടായിരുന്നു. രണ്ടു പശുക്കൾ ചേർന്ന് അതു കുടിച്ചു തീർത്തു. എങ്കിൽ ഓരോ പശുവും എത്ര ലിറ്റർ വീതം വെള്ളം കുടിച്ചു?' ചിന്നു ചോദിച്ചു.

'8 ലിറ്റർ വീതം' അമ്മു പറഞ്ഞു.

'10 ഉം 6 ഉം വീതമായിക്കൂടേ?' ചിന്നു.

43

ഗുണിക്കാതെ പറയണം

'601 X 5, 501 X 6 ഇവയിൽ വലുത് ഏത്?' അമ്മു
'601 X 5' ചിന്നു നിമിഷം കൊണ്ടുത്തരം പറഞ്ഞു.
'അല്ല. '501 X 6' അമ്മു

കുറിപ്പ്

601 X 5 = 3005

501 X 6 = 3006

അപ്പോൾ വലുത് 501 X 6 ആണ്.

44

ചോക്കു കഷ്ണം

'ഒരു ചോക്കു കഷ്ണത്തിന്റെ നീളം പറയാമോ?' ചിന്നു.

'നാല് സെന്റി മീറ്റർ' അമ്മു ഊഹിച്ചു പറഞ്ഞു.

'ചോക്കു കഷ്ണത്തിന്റെ നീളം കൃത്യം 8 സെന്റി മീറ്റർ ആണ്' ചിന്നു.

കുറിപ്പ്

ചോക്കു കഷ്ണം നിങ്ങൾ ദിവസവും കാണുന്ന വസ്തുവാണ്. അതുപോലെ സെന്റി മീറ്റർ നിത്യേന കൈകാര്യം ചെയ്യുന്ന അളവുമാണ്. നിരീക്ഷണ പാടവവും ഊഹിക്കാനുള്ള കഴിവുമാണ് ഇവിടെ പ്രധാനം.

45

ഇരുനിലക്കെട്ടിടം

'നമ്മുടെ ക്ലാസ് ടീച്ചറിന്റെ പൊക്കം പറയാമോ?' അമ്മു വിട്ടില്ല.

'6 മീറ്റർ' ചിന്നു.

'അത് ഒരു രണ്ടുനില കെട്ടിടത്തിന്റെ പൊക്കമാ. ക്ലാസ് ടീച്ചറിന്റെ പൊക്കം 1.8 മീറ്ററിന് അടുത്തു വരും' അമ്മു.

46

നാണയം

'ഇന്ത്യയിൽ ഇപ്പോൾ പ്രചാരത്തിലുള്ള ഒരു രൂപാ നാണയത്തിന്റെ ചുറ്റളവെന്ത്?' ചിന്നു ചോദിച്ചു.

'3 1/2 സെന്റിമീറ്റർ' അമ്മു ഊഹം പറഞ്ഞു.

'അല്ല. 8 സെന്റിമീറ്റർ' ചിന്നു.

'അതായത് ചോക്കു കഷണത്തിന്റെ നീളമോ?' അമ്മു അദ്ഭുതം കൂറി.

'അതെ' ചിന്നു.

47

ഒരു രൂപാ

'1 രൂപാ നാണയത്തിന്റെ ഭാരമെന്ത്?' അമ്മു തിരിച്ചടിച്ചു.

'മൂന്നു ഗ്രാം' ചിന്നു

'അല്ല 5 ഗ്രാം' അമ്മു

48

അഞ്ചു രൂപാ

അടുത്ത ദിവസം ചിന്നു പകരം വീട്ടി. 'ഒരു 5 രൂപാ നാണയത്തിന്റെ ഭാരം പറയാമോ?'

'ഏഴ് ഗ്രാം' അമ്മു

'അല്ല, ഒൻപത് ഗ്രാം'. ചിന്നു

49

കൂട്ടി പറയാമോ?

'ആയിരത്തി പത്തും ആയിരത്തി പത്തും കൂട്ടിയാൽ –?' അമ്മു

'രണ്ടായിരത്തി ഇരുപത്' ചിന്നു.

'രണ്ടായിരത്തി ഇരുപതും എഴുപതും -?.'

'രണ്ടായിരത്തി തൊണ്ണൂറ്.'

'രണ്ടായിരത്തി തൊണ്ണൂറും പത്തും –?.'

'മൂവായിരം.'

'അല്ല രണ്ടായിരത്തി ഒരു നൂറ്' അമ്മു പറഞ്ഞു.

കുറിപ്പ്

1010 +
1010
2020
70
2090
10
2100

തൊണ്ണൂറ് എന്നു കേൾക്കുമ്പോൾ നൂറും, തൊള്ളായിരം എന്നു കേൾക്കുമ്പോൾ ആയിരവും മനസിൽ വരില്ലേ? അതുപോലെ കേട്ടതിലുള്ള കുഴപ്പമാണ് ഇവിടെയും സംഭവിച്ചത്.

50

ഈച്ചകൾ

'മേശപ്പുറത്ത് 9 ഈച്ചകളുണ്ടായിരുന്നു. ഒരു പേപ്പറെടുത്ത് അടിച്ചപ്പോൾ അതിൽ 5 എണ്ണം ചത്തുവീണു. ബാക്കി എത്ര ഈച്ചകളുണ്ട്?' ചിന്നു ചോദിച്ചു.

'ബാക്കി നാല്' അമ്മു

'ഒന്നും കാണില്ല. ബാക്കിയുള്ളത് പറന്നു പോകും' ചിന്നു ചിരിയടക്കി.

51

രണ്ടു വര

അമ്മു കടലാസിൽ രണ്ടു രേഖകൾ വരച്ചു വെച്ചിരുന്നു.

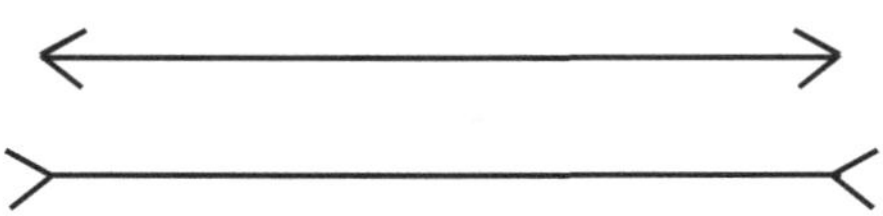

'ഇതിൽ ഏതാണ് വലുത്?' അമ്മു ചോദിച്ചു.

'രണ്ടാമത്തേത്' ചിന്നു പറഞ്ഞു.

'രണ്ടും തുല്യമാ' അമ്മു.

കുറിപ്പ്

ആദ്യത്തേതിന്റെ മുന അകത്തേയ്ക്കു മടങ്ങിയും രണ്ടാമത്തേതിന്റെ മുന പുറത്തേയ്ക്കു വിടർന്നും നിൽക്കുന്നതുകൊണ്ട് രണ്ടാമത്തേതിന് നീളക്കൂടുതൽ തോന്നുന്നതാണ്. സ്കെയിലുവെച്ച് അളന്നു നോക്കുക. രണ്ടിനും ഒരേ നീളമായിരിക്കും.

52

രണ്ട് ത്രികോണങ്ങൾ

പകരം വീട്ടാനായി ചിന്നു രണ്ട് ത്രികോണങ്ങൾ വരച്ചു വെച്ചിരുന്നു. ഒന്നു വലുതും ഒന്ന് ചെറുതും.

'രണ്ട് ത്രികോണങ്ങൾക്കും മൂന്നു കോണുകൾ വീതമുണ്ടല്ലോ. അളന്നു കൂട്ടിയാൽ ഏതിന്റെ തുക ആയിരിക്കും കൂടുതൽ?' ചിന്നു ചോദിച്ചു.

'രണ്ടാമത്തേതിന്റെ' അമ്മു പറഞ്ഞു

'അല്ല, രണ്ടും തുല്യമായിരിക്കും' ചിന്നു.

കുറിപ്പ്

വലുതായാലും ചെറുതായാലും ഒരു ത്രികോണത്തിലെ മൂന്നു കോണുകളുടെ അളവുകളുടെ തുക 180^0 ആയിരിക്കും.

53

കിളികൾ

അമ്മുവിന്റെ ഊഴമായിരുന്നു.

രണ്ട് മരങ്ങളിൽ ഒന്നിൽ 13 കിളികളും രണ്ടാമത്തേതിൽ 12 കിളികളും ഉണ്ട്. ആദ്യത്തേതിൽ നിന്ന് 5 എണ്ണം പറന്ന് രണ്ടാമത്തേതിലേക്കു പോവുകയും രണ്ടാമത്തേതിൽ നിന്ന് 3 എണ്ണം ആദ്യത്തേതിലേക്ക് വരികയും ചെയ്തു. വീണ്ടും ആദ്യത്തേതിൽ നിന്ന് 7 എണ്ണം പറന്ന് രണ്ടാമത്തേതിലേക്ക് പോയി. 4 എണ്ണം തിരികെ വന്നു. പാർവതി ഒരു കല്ലെടുത്തെറിഞ്ഞപ്പോൾ 3 എണ്ണം കൂടി രണ്ടാമത്തേതിലേക്കു പോവുകയും കുറെ കഴിഞ്ഞ് ഒരെണ്ണം മടങ്ങി വരികയും ചെയ്തു. ഇപ്പോൾ രണ്ടു മരത്തിലും കൂടി എത്ര കിളികളുണ്ട്?

ചിന്നു വിരലു മടക്കി കൂട്ടാൻ തുടങ്ങി.

'അതു പറ്റില്ല. പെട്ടെന്ന് ഉത്തരം പറയണം' അമ്മു.

ചിന്നുവിനറിയില്ലായിരുന്നു.

'രണ്ട് മരങ്ങളിലും കൂടി 13ഉം 12ഉം 25 കിളികൾ' അമ്മു പറഞ്ഞു.

കുറിപ്പ്

കിളികൾ അങ്ങോട്ടും ഇങ്ങോട്ടും പറന്ന് മരങ്ങൾ മാറിയിരുന്നാലും ആകെ എണ്ണത്തിന് മാറ്റം വരുന്നില്ല എന്നോർക്കണം.

54

അലൂമിനിയവും ഇരുമ്പും

'ഒരു കിലോ അലൂമിനിയത്തിനാണോ ഒരു കിലോ ഇരുമ്പിനാണോ ഭാരക്കൂടുതൽ?' ചിന്നു ചോദിച്ചു.

ഇതേ തരത്തിലുള്ള കണക്ക് കേട്ടിട്ടുള്ളതു കൊണ്ട് അമ്മുവിനെ പറ്റിക്കാനായില്ല.

'രണ്ടും ഓരോ കിലോയല്ലെ. അപ്പോൾ തുല്യം' അമ്മു.

55

പതിനേഴിന്റെ സൗന്ദര്യം

'17നെ ഒരു സംഖ്യ കൊണ്ടു ഗുണിച്ചാൽ ഗുണനഫലത്തിലെ അക്കങ്ങളുടെ തുക പറയാമോ?' അമ്മുവിന്റേതായിരുന്നു ചോദ്യം. '17നെ 238 കൊണ്ടു ഗുണിക്കുന്നുവെന്നു കരുതുക. ഉത്തരം നിമിഷംകൊണ്ടു പറയണം.'

ചിന്നു തോൽവി സമ്മതിച്ചു.

'അഞ്ച്' അമ്മു പറഞ്ഞു.

കുറിപ്പ്

എങ്ങനെ കിട്ടിയെന്നു നോക്കാം. 238ലെ അക്കങ്ങൾ

കൂട്ടുമ്പോൾ 13. വീണ്ടും കൂട്ടിയാൽ 4 കിട്ടും. (ഇങ്ങനെ തുക ഒരക്കമാകുവോളം കൂട്ടണം) 4ന്റെ കൂടെ 5 ചേർത്താൽ 9 ആകും. അങ്ങനെയാണ് ഗുണനഫലത്തിലെ അക്കങ്ങളുടെ തുക 5 എന്നു പറഞ്ഞത്.

ഇനി 17നെ 3214 കൊണ്ടാണു ഗുണിച്ചതെങ്കിലോ? 3214ലെ അക്കങ്ങളുടെ തുക ഒരക്കമാകുവോളം കൂട്ടിയാൽ 1 കിട്ടും. 9 ആവാൻ 8 കൂട്ടണം. അതുകൊണ്ട് ഗുണനഫലത്തിലെ അക്കങ്ങളുടെ തുക 8.

കൂടുതൽ ഉദാഹരണങ്ങൾ എടുത്തു പരിശോധിച്ചു നോക്കുക. ഇങ്ങനെ കൂട്ടുമ്പോൾ അക്കങ്ങളുടെ തുക 9 വന്നാലോ? അതിനും വഴിയുണ്ട്. സ്വയം കണ്ടെത്തുക.

56

താറാമുട്ട

'ഒരു താറാമുട്ടയ്ക്ക് 3 രൂപയാണു വില. 4.50 രൂപയ്ക്ക് എത്ര താറാമുട്ട കിട്ടും?' ചിന്നു ചോദിച്ചു.

'ഒന്നര' അമ്മു

ചിന്നു ചിരിച്ചപ്പോഴാണ് അമ്മുവിന് അബദ്ധം മനസ്സിലായത്.

57

തുല്യപ്രായം

'A യേക്കാൾ 5 വയസ് മൂത്തതാണ് B. C യേക്കാൾ 7 വയസ് ഇളയതാണ് A. B യേക്കാൾ 2 വയസ് മൂത്തതാണ് D. എങ്കിൽ A, B, C, D എന്നീ നാലുപേരിൽ ആർക്കൊക്കെയാണ് തുല്യ പ്രായം?' അമ്മു ചോദിച്ചു.

കുറേ നേരം ശ്രമിച്ചിട്ടും ചിന്നുവിന് ഉത്തരം കിട്ടിയില്ല.

'C യ്ക്കും D യ്ക്കും' അമ്മു പറഞ്ഞു.

കുറിപ്പ്

A യുടെ പ്രായം x എന്ന് എടുക്കുക.

A → x

B → x + 5

C → x + 7

D → x + 7

58

മാരുതി കാർ

'ഒരു കാറിന്റെ നമ്പർ അക്കങ്ങൾ തുടർച്ചയായി വരുന്ന ഒരു നാലക്ക സംഖ്യയാണ്. എങ്കിൽ 1, 2, 7, 9 ഈ സംഖ്യകളിൽ ഏതാണ് അതിന്റെ മൂന്നാമത്തെ

അക്കമാകാൻ സാധ്യമല്ലാത്തത്?' ചിന്നു ചോദിച്ചു.

അമ്മു 1 എന്നാണ് ഉത്തരം പറഞ്ഞത്.

'തെറ്റ്. ശരിയുത്തരം 9' ചിന്നു തിരുത്തി.

59

ഇഷ്ടിക

'ഒരു ഇഷ്ടികയ്ക്ക് എത്ര വക്കുകളുണ്ട്?' അമ്മു ചോദിച്ചു.

ചിന്നുവിനറിയാമായിരുന്നു. 12 എന്ന് അവൾ നിഷ്പ്രയാസം ഉത്തരം പറഞ്ഞു.

60

പാർവതിയുടെ സങ്കലനം

'ഒരു സംഖ്യയോട് 12 കൂട്ടിയപ്പോൾ പാർവതിക്ക് 6 എന്ന് ഉത്തരം കിട്ടി' ചിന്നു പറഞ്ഞു.

'അതെങ്ങനെ?' അമ്മു

കൂട്ടേണ്ടതിന് പകരം അവൾ കുറയ്ക്കുകയായിരുന്നു. കിട്ടേണ്ടിയിരുന്ന ഉത്തരം എത്രയെന്ന് പറയാമോ?

ഒരു നിമിഷം ആലോചിച്ചിട്ട് അമ്മു പറഞ്ഞു, 30

അതു ശരിയായിരുന്നു.

61

നൂറ്റി ഒന്നാമത്തെ വര

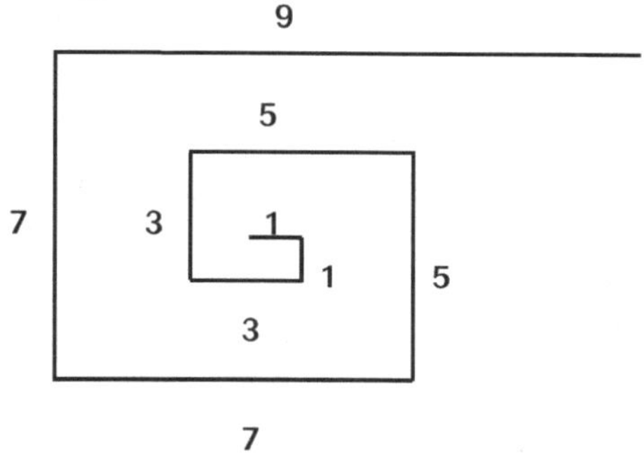

'ഇങ്ങനെ തുടർന്നാൽ 101–ാമത്തെ വരയുടെ നീളമെന്തായിരിക്കും?' അമ്മു.

'നൂറ്റി ഒന്ന്' ചിന്നു പറഞ്ഞു.

ഉത്തരം ശരിയായിരുന്നു.

കുറിപ്പ്

ഒന്നാമത്തെ വരയുടെ നീളം 1

മൂന്നാമത്തെ വരയുടെ നീളം 3

അഞ്ചാമത്തെ വരയുടെ നീളം 5

അപ്പോൾ 101–ാമത്തെ വരയുടെ നീളം 101

62

നിന്നിടത്തു തന്നെ

'രണ്ടുപേർ ഒരേ സമയം ഒരേ വേഗതയിൽ രണ്ടു

സ്ഥലങ്ങളിലേക്ക് യാത്ര പുറപ്പെട്ടു. അര മണിക്കൂർ കഴിഞ്ഞപ്പോൾ രണ്ടുപേരും പുറപ്പെട്ടിടത്തു തന്നെ നിൽക്കുന്നു. എന്തു കൊണ്ടിങ്ങനെ സംഭവിച്ചു?' ചിന്നു ചോദിച്ചു.

'അവര് പോയി കാണില്ല' അമ്മു പറഞ്ഞു.

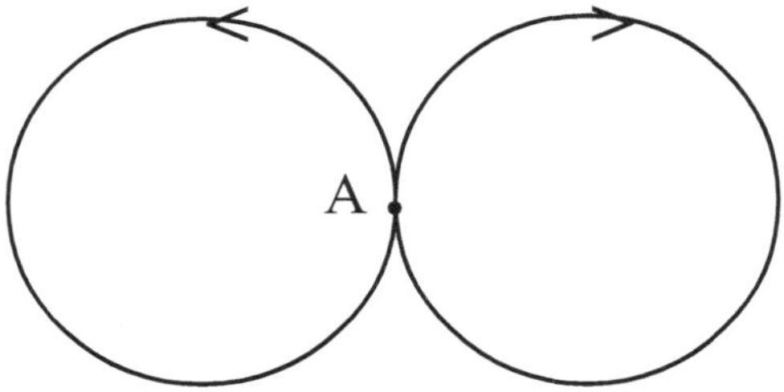

ചിന്നു ചിത്രം വരച്ചു കാണിച്ചു. 'A യിൽ നിന്ന് പുറപ്പെട്ടവർ A യിൽ തന്നെ തിരിച്ചെത്തി.'

63

മൂന്നു കിലോഗ്രാം

'½ മണിക്കൂർ കൊണ്ട് ഒരാളിന് 3 കിലോ ഭാരം കുറയുമോ?' അമ്മു ചോദിച്ചു.

'ഹേയ് ഒരിക്കലുമില്ല' ചിന്നു പറഞ്ഞു.

'അവർ ഒരു സ്ത്രീയായിരുന്നു. പ്രസവം കഴിഞ്ഞപ്പോൾ മൂന്നു കിലോ ഭാരം കുറഞ്ഞു' അമ്മു.

64

ആന്റി ഡൽഹിക്ക്

ഗണിതം നിത്യജീവിതത്തിന്റെ ഭാഗമാണെന്നറിയാവുന്നതു കൊണ്ട് ചിന്നു പറഞ്ഞു: 'റെയിൽവേ സ്റ്റേഷനിൽ വെച്ച് പാർവതി ആന്റിയെ ചാപം വരച്ചു കാണിച്ചു.'

'ചാപം വരച്ചു കാണിച്ചെന്നോ?' അമ്മു ചോദിച്ചു.

'അതെ. എന്താണതിലെ കണക്ക്?' ചിന്നു.

അമ്മുവിനറിയില്ലായിരുന്നു.

'പാർവതി ആന്റിക്ക് റ്റാറ്റാ പറഞ്ഞു'

കുറിപ്പ്

ഒരു വൃത്തത്തിന്റെ ഭാഗമാണല്ലോ ചാപം.

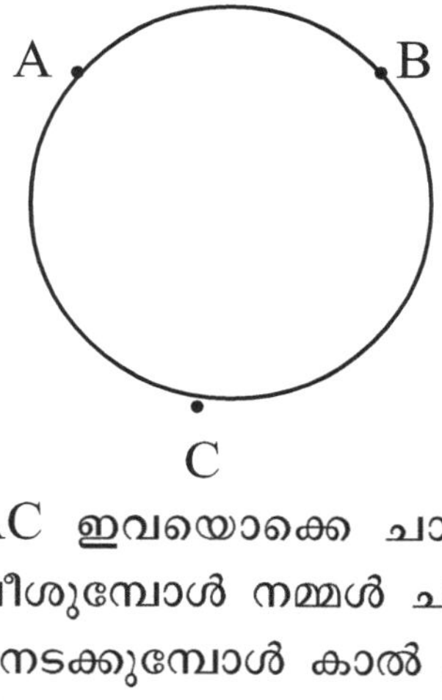

AB, BC, AC ഇവയൊക്കെ ചാപങ്ങളാണ്. റ്റാറ്റാ പറയാൻ കൈവീശുമ്പോൾ നമ്മൾ ചാപം വരയ്ക്കുന്നുണ്ട്. കൈവീശി നടക്കുമ്പോൾ കാൽ ചുവടുകളും കൈകളും ചാപം വരയ്ക്കുന്നുണ്ടോ എന്നു ശ്രദ്ധിക്കുമല്ലോ.

65

വള

അമ്മു മറ്റൊരു വിദ്യ പ്രയോഗിച്ചു.

'ഉത്സവത്തിന് പോയപ്പോൾ പാർവതി പന്ത്രണ്ട് $2\pi r$ വാങ്ങിച്ചു. സാധനത്തിന്റെ പേരു പറയാമോ?'

'വള' ചിന്നു പറഞ്ഞു.

കുറിപ്പ്

വള വൃത്തമാണ്. വൃത്തത്തിന്റെ പരിധി അഥവാ ചുറ്റളവ് $2\pi r$ ആണ്. പന്ത്രണ്ട് $2\pi r$ വാങ്ങിയെന്ന് പറയുമ്പോൾ അമ്മു ഉദ്ദേശിക്കുന്നത് അത്രയും വള വാങ്ങിയെന്നാണ്.

66

പൊട്ട്

'പാർവതിയുടെ നെറ്റിക്ക് ഒരു πr^2?' ചിന്നു.

'പൊട്ട്' അമ്മു.

കുറിപ്പ്

പൊട്ട് (ചിലത്) വൃത്താകൃതിയാണ്. വൃത്തത്തിന്റെ വിസ്തീർണം πr^2 ആണല്ലൊ. അപ്പോൾ നെറ്റിക്കിരിക്കുന്നത് πr^2 ആണെന്ന് പറയുന്നതിൽ തെറ്റില്ല

നെറ്റിക്ക് πr^2 ഉം കൈയേൽ $2\pi r$ ഉം ആയിട്ടാണ് പാർവതി സ്കൂളിൽ പോയതെന്ന് പറഞ്ഞോളൂ. കുഴപ്പമില്ല.

67

ചക്കരെ വീണു

അമ്മുവിന്റെയും ചിന്നുവിന്റെയും ക്ലാസിലെ കൂട്ടുകാരാണ് മൊട്ടയും ചക്കരയും.

'മൊട്ട തെറ്റി വീണു. ചക്കരയുടെ സൈക്കിൾ മറിഞ്ഞു' ഇതിലെ കണക്കെന്തെന്നു പറയാൻ അമ്മു ചിന്നുവിന്റെ മുഖത്തു നോക്കി.

'90^0 തെറ്റി' ചിന്നു പറഞ്ഞു.

കുറിപ്പ്

സൈക്കിൾ മറിയുന്നതും നമ്മൾ തെറ്റി വീഴുന്നതുമൊക്കെ 90^0യിൽ നിന്നു മാറുമ്പോഴാണ്. കെട്ടിടങ്ങളും ടവറുകളുമൊക്കെ വീഴാതെ നിൽക്കുന്നത് അവ 90^0 യിൽ ആയതുകൊണ്ടാണ്.

ഇനി ആരെങ്കിലും തെറ്റി വീഴുന്നതു കണ്ടാൽ ഓർമ്മിപ്പിച്ചേക്കുക: സാരമില്ല 90^0 യിൽ നിന്നു മാറിപ്പോയതാ.

ഓമയിലോ മുരിങ്ങയിലോ കേറി താഴെ വീണാൽ സ്വയം സമാധാനിക്കേണ്ടത് ഇങ്ങനെ : സാരമില്ല കൃത്യം 90^0 യിലാണല്ലോ ഭൂമിയിൽ പതിച്ചത്.

68

അടുത്തിരിക്കാൻ പാടില്ല

'11 സ്ത്രീകളെ ഒരു വരിയിൽ ഇരുത്തണം. പക്ഷേ രണ്ടുപേർ അടുത്തു വരാൻ പാടില്ല. എങ്കിൽ എത്ര പുരുഷന്മാരെ ഇടയ്ക്ക് ഇരുത്തേണ്ടി വരും?' ചിന്നു ചോദിച്ചു.

'11 സ്ത്രീകൾ ഉള്ളതു കൊണ്ട് 11 പുരുഷന്മാരും വേണം' അമ്മു.

'വേണ്ട പത്തു പേർ മതി' ചിന്നു പറഞ്ഞു.

69

ഹരണഫലം കാണാം

'(1/3 ÷ 1/3) ÷ 1/3 എത്ര?' അമ്മു ചോദിച്ചു.

'ഒന്ന്' ചിന്നു.

'ഉത്തരം 3' അമ്മു പറഞ്ഞു.

കുറിപ്പ്

1/3 ÷ 1/3 = 1/3 X 3/1 = 1

ഇനി 1 നെ 1/3 കൊണ്ടു ഹരിക്കണം.

1 ÷ 1/3 = 1 X 3/1 = 3

70

ദാഹജലം

'ഒരാൾ 200 മില്ലി ലിറ്റർ വെള്ളം കുടിക്കുന്നുവെങ്കിൽ 1 മീറ്റർ വീതം നീളവും വീതിയും പൊക്കവുമുള്ള ഒരു ടാങ്കിലെ വെള്ളം എത്ര പേർക്ക് കുടിക്കാനുണ്ടാവും?' ചിന്നു ചോദിച്ചു.

അമ്മുവിന് ഉത്തരം കിട്ടിയില്ല.

'5000 പേർക്ക്' ചിന്നു പറഞ്ഞു.

കുറിപ്പ്

ടാങ്കിൽ കൊള്ളുന്ന വെള്ളം = 1 X 1 X 1
= 1 ഘനമീറ്റർ
= 1000 ലിറ്റർ

1000നെ 200 മില്ലി ലിറ്റർ അല്ലെങ്കിൽ .2 ലിറ്റർ കൊണ്ടു ഹരിച്ചാൽ 5000 കിട്ടും.

71

അച്ഛനും മകനും

'അച്ഛനേക്കാൾ 25 വയസ് കുറവാണ് മകന്. എന്നാൽ മകനേക്കാൾ 30 വയസ് കൂടുതലുണ്ട് അച്ഛന്. ഇതെങ്ങനെ സംഭവിച്ചു? അമ്മു ചോദിച്ചു.

ചിന്നുവിന് ഉത്തരം അറിയില്ലായിരുന്നു.
അമ്മു എഴുതി കാണിച്ചു.
മകൻ $\xrightarrow{30}$ അച്ഛൻ $\xleftarrow{25}$ അപ്പൂപ്പൻ

72

പൂർണ വർഗം

'21–ാം നൂറ്റാണ്ടിലെ ഒരു വർഷം പൂർണ വർഗ സംഖ്യയാണ്. ഏതാണ് ആ വർഷം?'
'2025' അമ്മു പറഞ്ഞു.
ഉത്തരം ശരിയായിരുന്നു.

കുറിപ്പ്

21–ാം നൂറ്റാണ്ടിൽ ഒരേ ഒരു പൂർണവർഗമേ ഉള്ളു. 20–ാം നൂറ്റാണ്ടിൽ എത്ര ഉണ്ടായിരുന്നെന്നും 22–ാം നൂറ്റാണ്ടിൽ എത്ര കാണുമെന്നും കണ്ടുപിടിക്കുന്നത് ഒരു നല്ല പഠന പ്രവർത്തനമായിരിക്കും. ശ്രമിക്കുമല്ലോ.

73

ഒന്ന് സമം രണ്ട്

അമ്മു എഴുതിക്കാണിച്ചു.

$a = b$

$a^2 = ab$ (ഇരുവശങ്ങളിലും a കൊണ്ടു ഗുണിക്കുന്നു)

$a^2 - b^2 = ab - b^2$ (b^2 കുറയ്ക്കുന്നു)

$(a + b)(a - b) = b(a-b)$ (ഘടകങ്ങൾ എഴുതുന്നു)

$a + b = b$ $(a - b)$ കൊണ്ടു ഹരിക്കുന്നു.

$b + b = b$ ($a = b$ എന്നു തന്നിട്ടുണ്ട്)

$2b = b$ (b കൊണ്ടു ഹരിക്കുന്നു)

$2 = 1$

'തെറ്റുണ്ടോ? ഉണ്ടെങ്കിൽ എവിടെ?' അമ്മു ചോദിച്ചു.

ചിന്നുവിന് ഉത്തരമറിയില്ലായിരുന്നു.

കുറിപ്പ്

$a = b$ ആയതുകൊണ്ട് $a - b = 0$ ആണ്. a-b കൊണ്ടു ഹരിച്ചതിലാണ് തെറ്റ്. പൂജ്യം കൊണ്ടുള്ള ഹരണം നിർവചിക്കപ്പെട്ടിട്ടില്ലല്ലോ.

$2 = 1$ പോലുള്ള തെറ്റായ ഉത്തരം ലഭിക്കുന്നത് അതുകൊണ്ടാണ്.

74

ക്ലോക്ക്

'ഒരു ക്ലോക്കിലെ ചെറിയ സൂചി 1 ൽ നിന്ന് 2ൽ എത്തുമ്പോൾ വലിയ സൂചി എവിടെ നിന്ന് എവിടെയെത്തും?' ചിന്നു ചോദിച്ചു.

'12ൽ നിന്ന് 12ൽ എത്തും' അമ്മുവിന്റെ ഉത്തരം ശരിയായിരുന്നു.

75

a x a = a

'a x a = a ആകുമോ?' അമ്മു.

'ഇല്ല. a x a = a^2 ആണ്' ചിന്നു.

അമ്മു പറഞ്ഞു:

1 x 1 = 1

0 x 0 = 0

അപ്പോൾ a x a = a എന്നു പറഞ്ഞുകൂടേ?

ചിന്നുവിന് ഉത്തരം മുട്ടി.

76

രണ്ടു പേർക്കും തുല്യം

'പാർവതിയുടേയും ആൻസിയുടേയും പക്കൽ തുല്യസംഖ്യകളാണുള്ളത്. പാർവതി എത്ര രൂപ ആൻസിക്ക് കൊടുത്താൽ അവൾക്ക് പാർവതിയേക്കാൾ 10 രൂപ കൂടുതൽ കാണും?' ചിന്നു ചോദിച്ചു.

'5 രൂപാ കൊടുക്കണം' അമ്മു പറഞ്ഞു.

77

പ്രായം പൂജ്യം

'രണ്ട് കുട്ടികളുടെ പ്രായങ്ങൾ കൂട്ടിയപ്പോൾ 18 കിട്ടി. ഈ സംഖ്യയെ അവരുടെ പ്രായങ്ങൾ തമ്മിലുള്ള വ്യത്യാസം കൊണ്ട് ഗുണിച്ചപ്പോൾ ഉത്തരം പൂജ്യം വന്നു എന്തുകൊണ്ട്?' അമ്മു.

'ഇരട്ടക്കുട്ടികളായിരിക്കും' ചിന്നു.

കുറിപ്പ്

കുട്ടികൾ ഇരട്ടകളാണെങ്കിൽ പ്രായങ്ങളുടെ വ്യത്യാസം പൂജ്യം ആയിരിക്കും. ഏതൊരു സംഖ്യയേയും പൂജ്യം കൊണ്ട് ഗുണിച്ചാൽ ഉത്തരം പൂജ്യമായിരിക്കുമെന്ന് പഠിച്ചിട്ടുണ്ടല്ലോ.

78

ശിഷ്ടമെത്ര?

'2^{24} നെ 2^{12} കൊണ്ടു ഹരിച്ചാൽ ശിഷ്ടമെത്ര?' ചിന്നു
'2^{12}' അമ്മു പറഞ്ഞു.
'അല്ല, പൂജ്യം' ചിന്നു.

കുറിപ്പ്

$2^{24} / 2^{12} = 2^{24-12}$
$= 2^{12}$
ശിഷ്ടമില്ല

79

ടി വി പ്രോഗ്രാം

'പാർവതി ഒരു ടി വി പരിപാടി കാണുകയായിരുന്നു. 15 മിനിറ്റിന്റെ പരിപാടിക്കിടയിൽ 2 മിനിറ്റ് 20 സെക്കന്റ്, 3 മിനിറ്റ് 10 സെക്കന്റ്, 1 മിനിറ്റ് 45 സെക്കന്റ്, 2 മിനിറ്റ് 40 സെക്കന്റ്, 3 മിനിറ്റ് 15 സെക്കന്റ് എന്നിങ്ങനെ 5 തവണ പരസ്യം കാണിച്ചു. 1 മിനിറ്റ് 30 സെക്കന്റു നേരം കറന്റും പോയി. ബാക്കി എത്ര നേരം പാർവതി പരിപാടി കണ്ടു?' അമ്മു

'20 സെക്കന്റ്' ചിന്നു കണക്കു കൂട്ടി പറഞ്ഞു.

80

അക്കങ്ങളുടെ തുക

'10^{32} ന്റെ വികസിത രൂപത്തിലെ അക്കങ്ങളുടെ തുകയെന്ത്?' ചിന്നു.

10 നെ 32 പ്രാവശ്യം ഗുണിക്കാൻ പ്രയാസമാ. അമ്മു തോൽവി സമ്മതിച്ചു.

'അക്കങ്ങളുടെ തുക ഒന്ന്' ചിന്നു പറഞ്ഞു.

കുറിപ്പ്

10 നെ 32 തവണ ഗുണിക്കുമ്പോൾ ഗുണനഫലം 1 ഉം ബാക്കി പൂജ്യങ്ങളുമായിരിക്കുമെന്ന് ഊഹിക്കാവുന്നതേയുള്ളു. അപ്പോൾ അക്കങ്ങളുടെ തുക 1 തന്നെയായിരിക്കും.

81

ശരിയോ തെറ്റോ?

'$2x - y = -1$ ആയാൽ $2^{(2x-y)2}$ എത്ര?' അമ്മു.

ചിന്നു ഇങ്ങനെ ചെയ്തു കാണിച്ചു.

$$2^{(2x-y)2} = 2^{(-1)2}$$

$$= 2^{-2} \quad (a^m)^n = a^{mn}$$

$$= \frac{1}{2^2}$$

$$= \frac{1}{4}$$

അതു തെറ്റെന്ന് പറഞ്ഞ് അമ്മു ചെയ്തത് ഇങ്ങനെ.

$$2x - y = -1$$
$$(2x - y)^2 = (-1)^2 = 1$$
$$2^{(2x-y)2} = 2^1$$
$$= 2$$

ഏതാണു ശരി?

കുറിപ്പ്

ചിന്നു ചെയ്തത് തെറ്റാണ്. $2^{(-1)2} = 2^{-2}$ അല്ല.

82

രണ്ടും തുല്യം

'2/3 നെ 3/2 കൊണ്ടു ഗുണിക്കുന്നതാണോ 2/3 കൊണ്ടു ഹരിക്കുന്നതാണോ വലുത്?' ചിന്നു

'രണ്ടും തുല്യം' അമ്മു

കുറിപ്പ്

2/3 X 3/2 = 1

2/3 ÷ 2/3 = 2/3 X 3/2 =1

അതുകൊണ്ട് രണ്ടും തുല്യം

83

വിലയെന്ത്?

'$x + y = 1$ $xy = 0$ ആയാൽ $x^2y + xy^2$ എത്ര?' അമ്മു.

'രണ്ട്' കണക്കു കൂട്ടിയിട്ടു ചിന്നു പറഞ്ഞു.

അമ്മു ചെയ്തു കാണിച്ചു.

$$x^2y + xy^2 = xy\,(x + y)$$
$$= 0 \times 1$$
$$= 0$$

84

വീണ്ടും കൃത്യങ്കം

'$3x - 4y = 1$ ആയാൽ $(-1)^{6x - 8y}$ എത്ര?' ചിന്നു

അമ്മു ക്രിയ ചെയ്തു.

$$3x - 4y = 1$$
$$6x - 8y = 2$$
$$(-1)^{6x - 8y} = (-1)^2$$
$$= -1 \times -1$$
$$= 1$$

ഉത്തരം ശരിയായിരുന്നു.

85

വലുത് ഏത്?

'1^0, 1^{10}, 1^{100} ഇവയിൽ വലുത് ഏത്?' അമ്മു ചോദിച്ചു.

'മൂന്നും തുല്യം' ചിന്നു

കുറിപ്പ്

1^0 = 1

1^{10} = 1

1^{100} = 1

അതുകൊണ്ട് മൂന്നും തുല്യം

86

19ന്റെ മഹത്വം

പകരം വീട്ടാൻ ചിന്നു ഒരു നമ്പർ ഇറക്കി. ഏറെ നേരത്തേ പരിശ്രമത്തിനു ശേഷം കണ്ടു പിടിച്ച വിദ്യയായിരുന്നു.

'19നെ ഒരു സംഖ്യ കൊണ്ടു ഗുണിച്ചാൽ ഗുണനഫലത്തിലെ അക്കങ്ങളുടെ തുക പറയാമോ?'

ചിന്നു ചോദ്യം ഒന്നുകൂടി വിശദീകരിച്ചു.

'19നെ 25 കൊണ്ടു ഗുണിച്ചാൽ ഗുണനഫലത്തിലെ അക്കങ്ങളുടെ തുക എന്തായിരിക്കും?'

അമ്മുവിന്റെ പഴയ വിദ്യ ഇവിടെ വിലപ്പോവില്ലെന്ന് ചിന്നുവിനറിയാമായിരുന്നു.

അമ്മു തോൽവി സമ്മതിച്ചു.

ചിന്നു പറഞ്ഞു '25 കൊണ്ടാണല്ലോ ഗുണിക്കുന്നത്. അതിലെ അക്കങ്ങളുടെ തുകയായ 7 തന്നെയായിരിക്കും ഗുണന ഫലത്തിലെ അക്കങ്ങളുടെ തുകയും.'

അമ്മു ഗുണിച്ചു നോക്കി. ഉത്തരം ശരിയായിരുന്നു. 19 നെ ഏതു സംഖ്യ കൊണ്ടു ഗുണിക്കുമ്പോഴും ഈ പ്രത്യേകത യുണ്ടെന്നു കണ്ടു.

87

ക്രമീകരണം

70624, 41852

'അക്കങ്ങൾ ക്രമീകരിച്ചാൽ ഒരു സംഖ്യയുടെ ഇരട്ടി യാകും മറ്റേത്. സംഖ്യകൾ എഴുതാമോ?'

അമ്മു.

കുറേനേരം ശ്രമിച്ചിട്ടും ചിന്നുവിന് ഉത്തരം കിട്ടിയില്ല.

അമ്മു എഴുതി കാണിച്ചു.

40726 X 2 = 81452

88

രണ്ടു പട്ടികൾ

'ഒരു പട്ടി മറ്റൊരു പട്ടിയെ കടിക്കാനോടിക്കുന്നു. മുന്നിലേ പട്ടി മണിക്കൂറിൽ 6 കിലോ മീറ്റർ വേഗതയിലും പിന്നിലേത് 5 കിലോമീറ്റർ വേഗതയിലുമാണ് ഓടുന്നതെങ്കിൽ 6 മിനിറ്റ് കഴിയുമ്പോൾ പട്ടികൾ തമ്മിൽ എന്തകലമുണ്ടായിരിക്കും?' ചിന്നുവിന്റേതാണു ചോദ്യം.

'100 മീറ്റർ' അമ്മു പറഞ്ഞു.

കുറിപ്പ്

1 മണിക്കൂറിൽ പട്ടികൾ തമ്മിലുള്ള 1 കി മീ അകലമുണ്ടാവും. അതായത് 60 മിനിറ്റിലുള്ള അകലം 1000 മീറ്റർ

∴ 6 മിനിറ്റിലുള്ള അകലം 100 മീറ്റർ

89

വ്യാസം

'ഒരു ചോക്കു കഷണത്തിന്റെ ചുവട്ടിലെ വ്യാസമെന്ത്?' അമ്മു

'1 സെ മീ' ചിന്നുവിന്റെ ഊഹം ശരിയായിരുന്നു.

90

ഒരു രൂപാ

ചിന്നു വിട്ടില്ല. 'ഒരു രൂപാ നാണയത്തിന്റെ വ്യാസമെന്ത്?'

'രണ്ടു സെന്റി മീറ്റർ.' അമ്മു ഊഹിച്ചു പറഞ്ഞു.

'തെറ്റ്. രണ്ടര സെന്റിമീറ്റർ' ചിന്നു.

91

0 മുതൽ 9 വരെ

$$\frac{148}{296} + \frac{35}{70}$$

'0 മുതൽ 9 വരെയുള്ള പത്ത് അക്കങ്ങളും ഇതിൽ ഉൾപ്പെട്ടിട്ടുണ്ട്. ഇതിന്റെ ഉത്തരവും ഇങ്ങനെ പത്ത് അക്കങ്ങൾ ഉപയോഗിച്ചെഴുതാമോ?' അമ്മു

ചിന്നുവിന് ഉത്തരം കിട്ടിയില്ല.

അമ്മു എഴുതിക്കാണിച്ചു.

$$148/296 + 35/70 = 1/2 + 1/2$$
$$= 1$$
$$= 123456789^{0}$$

കുറിപ്പ്

സംഖ്യകളുടെ ക്രമം വേണമെങ്കിൽ മാറ്റി എഴുതാം. കൃത്യങ്കം 0 വരണമെന്നു മാത്രം.

92

അഞ്ച്

'20, 20, 22, 8, 1 എന്നീ സംഖ്യകൾ ഉപയോഗിച്ച് 5 എഴുതാമോ?' ചിന്നു

എത്ര ശ്രമിച്ചിട്ടും അമ്മുവിന് ഉത്തരം കിട്ടിയില്ല.

ചിന്നു എഴുതി കാണിച്ചു.

$$=\sqrt{20+\sqrt{20+\sqrt{22+\sqrt{8+\sqrt{1}}}}}$$

$$=\sqrt{20+\sqrt{20+\sqrt{22+\sqrt{8+1}}}}$$

$$=\sqrt{20+\sqrt{20+\sqrt{22+\sqrt{9}}}}$$

$$=\sqrt{20+\sqrt{20+\sqrt{22+3}}}$$

$$=\sqrt{20+\sqrt{20+\sqrt{25}}}$$

$$=\sqrt{20+\sqrt{20+5}}$$

$$=\sqrt{20+\sqrt{25}}$$

$$=\sqrt{20+5}$$

$$=\sqrt{25}$$

$$=5$$

93

ക്രിയ ചെയ്യാതെ ഉത്തരം

$\frac{1}{1 \text{ X } 2} + \frac{1}{2 \text{ X } 3} + \frac{1}{3 \text{ X } 4} + \frac{1}{4 \text{ X } 5}$-ന്റെ ഉത്തരം ക്രിയ ചെയ്യാതെ പറയാമോ?' അമ്മു.

ചിന്നുവിന് അറിയില്ലായിരുന്നു.

'അവസാന ഭിന്നത്തിലെ 4ഉം 5ഉം ഉപയോഗിച്ച് ഉത്തരം പറയാം. ഭിന്നങ്ങൾ കൂട്ടിയാൽ കിട്ടുന്ന ഉത്തരം $\frac{4}{5}$ ആണ്' അമ്മു.

കുറിപ്പ്

ഉത്തരം ശരിയാകുന്നുണ്ടോ എന്നറിയാൻ ക്രിയ ചെയ്തു നോക്കുമല്ലോ.

$$\frac{1}{1} \text{ x } 2 = \frac{1}{2}$$

$$\frac{1}{1} \text{ x } 2 + \frac{1}{2} \text{ x } 3 = \frac{2}{3}$$

$$\frac{1}{1} \text{ x } 2 + \frac{1}{2} + \frac{1}{3} \text{ x } 4 = \frac{3}{4}$$

$$\frac{1}{1} \text{ x } 2 + \frac{1}{2} \text{ x } 3 + \frac{1}{3} \text{ x } 4 + \frac{1}{4} \text{ x } 5 = \frac{4}{5}$$

94

പൂജ്യമല്ല

'[a (b + c) + d] e = 165 ആയാൽ a, b, c, d, e ഇവയിൽ ഒരെണ്ണത്തിന്റെ വില പൂജ്യം അല്ല. ഏതാണ് ആ അക്ഷരം?'

ചിന്നു.

അമ്മുവിന് ഉത്തരം പറയാൻ കഴിഞ്ഞില്ല.

'e യുടെ വില പൂജ്യം ആവില്ല' ചിന്നു

കുറിപ്പ്

എന്തുകൊണ്ട്? e = 0 ആയാൽ ബ്രായ്ക്കറ്റിലുള്ള മറ്റെല്ലാം പൂജ്യമാകും. വില 165 എന്നു കിട്ടുകയില്ല.

95

വർഗങ്ങളുടെ വ്യത്യാസം

'$225^2 - 224^2$ എത്ര? ക്രിയ ചെയ്യാതെ പറയണം' അമ്മു.

ചിന്നുവിന് അറിയില്ലായിരുന്നു.

'449' അമ്മു

കുറിപ്പ്

അടുത്തടുത്ത രണ്ടു സംഖ്യകളുടെ വർഗങ്ങളുടെ വ്യത്യാസം കാണാൻ സംഖ്യകൾ തമ്മിൽ കൂട്ടിയാൽ മതി. 225 + 224 = 449

$$a^2 - b^2 = (a + b)(a - b)$$

$$225^2 - 224^2 = (225 + 224)(225 - 224)$$

$$= 449 \times 1$$

$$= 449$$

96

ഇരുപത്തി ആറു ഘടകങ്ങൾ

'(p - a) (p - b) (p - c) .... (p - z) എത്ര?' ചിന്നു ചോദിച്ചു.

'പൂജ്യം' അമ്മു പറഞ്ഞു.

ഉത്തരം ശരിയായിരുന്നു.

കുറിപ്പ്

(p - a) (p - b) (p - c) .... എന്നിങ്ങനെ തുടർന്നാൽ ഇടയ്ക്ക് (p - p) വരും. അത് പൂജ്യമാണല്ലൊ. അപ്പോൾ ഗുണനഫലം പൂജ്യമായിരിക്കും.

97

365 ദിവസം

'ഒരു വർഷം 365 ദിവസങ്ങളാണല്ലോ. $10^2 + 11^2 + 12^2 = 365$ ആണ്. അതുപോലെ തുക 365 വരുന്ന വേറെ രണ്ടു വർഗങ്ങൾ പറയാമോ?' അമ്മു.

കുറേനേരം ശ്രമിച്ചിട്ടും ചിന്നുവിന് ഉത്തരം കിട്ടിയില്ല.

അമ്മു പറഞ്ഞു. '$13^2 + 14^2 = 365$'

98

മൂന്നു പുസ്തകങ്ങൾ

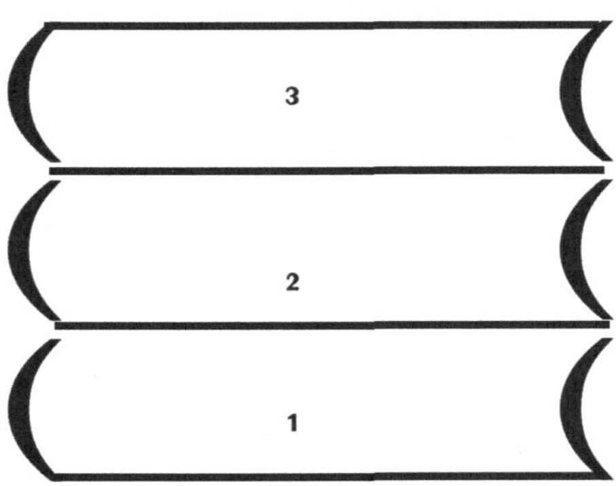

'ഒരേ വലിപ്പത്തിലുള്ള മൂന്നു പുസ്തകങ്ങൾ ഒന്നിനു മീതേ ഒന്നായി അടുക്കി വെച്ചിരിക്കുന്നു. ഒരു

പുസ്തകത്തിന് 6 സെന്റി മീറ്റർ ഉയരമുണ്ടെങ്കിൽ ഒന്നാം വോളിയത്തിന്റെ ഒന്നാം പേജു മുതൽ മൂന്നാം വോളിയത്തിന്റെ അവസാന പേജുവരെയുള്ള പൊക്കമെന്ത്?' ചിന്നു ചോദിച്ചു.

'18 സെ മീ' അമ്മു പറഞ്ഞു.

'തെറ്റ്. ഒന്നാം വോളിയത്തിന്റെ ഒന്നാം പേജ് മുകളിലും മൂന്നാം വോളിയത്തിന്റെ അവസാന പേജ് താഴെയുമായിരിക്കും. അപ്പോൾ പൊക്കം 6 സെന്റിമീറ്ററേ വരൂ.'

99

ഇളയ മകനും മൂത്ത മകനും

'അച്ഛന് 30 വയസ്സുള്ളപ്പോഴാണ് മൂത്ത മകൻ ജനിച്ചത്. മൂത്തമകന് 8 വയസ്സുള്ളപ്പോൾ ഇളയമകൻ ജനിച്ചു. ഇളയ മകന് ഇപ്പോൾ 13 വയസ്സുണ്ടെങ്കിൽ അച്ഛന്റെ പ്രായമെന്ത്? അമ്മു.

'51 വയസ്' ചിന്നു

ഉത്തരം ശരിയാണെന്ന് അമ്മു സമ്മതിച്ചു.

100

കൈയിലുള്ള സംഖ്യ

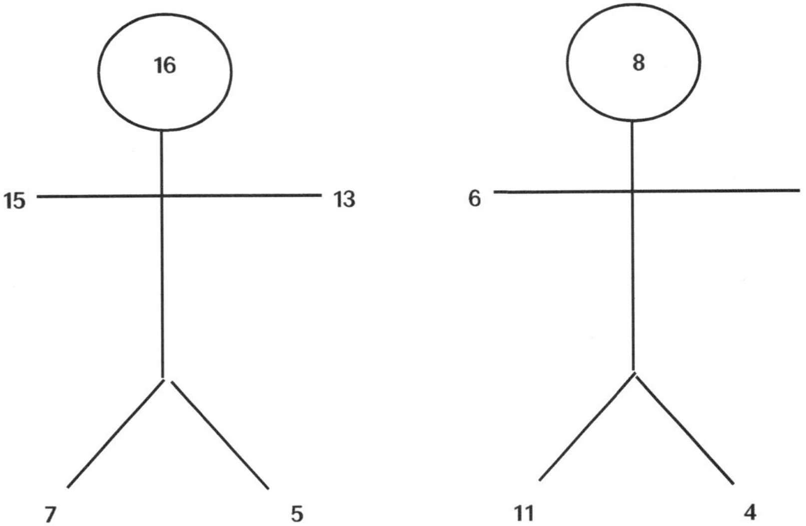

'രണ്ടു പേർക്കും തലയിലും കൈയിലും കാലിലും സംഖ്യകളുണ്ട്. ഒരാളുടെ കൈയിലെ ഒരു സംഖ്യ വിട്ടുപോയി. എത്രയെന്നു പറയാമോ?' ചിന്നു.

അമ്മുവിനു കണ്ടുപിടിക്കാൻ കഴിഞ്ഞില്ല.

ചിന്നു പറഞ്ഞു 'കൈയിലേതു കൂട്ടി കാലിലേതു കുറച്ചാൽ തലയിലേതു കിട്ടും. അപ്പോൾ രണ്ടാമത്തെ മനുഷ്യന്റെ കൈയിലെ സംഖ്യ 17 ആയിരിക്കണം.'